തസ്മൈ ഗുരുജിയും
രത്നാകരനും

Bodhi Books
Nedumpana PO, Kannanalloor
Kollam - 691576, Kerala, India
E-mail: bodhibooks03@gmail.com
Tel: +91 9447304886

THASMAI GURUJIYUM RATNAKARANUM
By Vijayakumar Pushpadas
Memoirs / Malayalam

First Published: April, 2025

Typesetting: Bodhi Books
Cover & Book Design:
Chembarathi Creatives

ISBN: 978-81-19770-48-9

Price **Rs. 250**
Production No. B-B-200-1-200-4-25

Printed and bound in India by
Repro Mumbai

തസ്മൈ ഗുരുജിയും രത്നാകരനും

അനുഭവം

വിജയകുമാർ പുഷ്പദാസ്

ബോധി ബുക്സ്
കൊല്ലം - 691 576

വിജയകുമാർ പുഷ്പദാസ്

ആലപ്പുഴ ജില്ല, ചേർത്തല കിഴക്കും മുറി ശ്രീ പുഷ്പദാസിന്റേയും ശ്രീമതി വിജയമ്മയുടേയും മകൻ. വിദ്യാഭ്യാസം ഐ റ്റി ഐ. ജോലി സ്റ്റീൽഫാബ്രിക്കേറ്റർ

ഭാര്യ: അനിത വിജയ്. മക്കൾ : ലക്ഷ്മി വിജയ്, അഭിരാം വിജയ്

വിലാസം : ലക്ഷ്മി നിവാസ്, വാരനാട് പി.ഒ. 688539, ചേർത്തല, ആലപ്പുഴ, കേരളം.

മൊബൈൽ: 9809521760, 9207157555

E-mail: vijayakumargulftech7@gmail.com

പ്രസാധകക്കുറിപ്പ്

അനുനിമിഷം, ജീവിതത്തെ മാറ്റിമറിക്കുന്ന തീഷ്ണാനുഭവങ്ങളുടെ കനൽ പാതകളിലൂടെയാണ് ഓരോ പകലിരവുകളുടെ ദൂരങ്ങളും മനുഷ്യർ താണ്ടിപ്പോവുന്നത്. എന്നാൽ, ഏതു തീവ്രാനുഭവങ്ങളെയും, നിർമ്മമതയോടെ കണ്ടാനന്ദിക്കുവാൻ നമ്മെ പ്രാപ്തരാക്കിത്തീർക്കുവാൻ ഒരു ഉത്തമഗുരുവിനു കഴിയും. ആന്തരികമായ ഉൾക്കരുത്താണ് ഈ ഗുരുക്കന്മാർ വ്യക്തികളിലേക്ക് പകർന്നു കൊടുക്കുക. ഇപ്രകാരമുള്ള ആന്തരിക പരിവർത്തനങ്ങളുടെ അത്ഭുതാവഹമായ അനുഭവച്ചുരുളുകളാണ് 'തസ്മൈ ഗുരുജിയും രത്നാകരനും' എന്ന ഈ പുസ്തകം. വിജയകുമാർ പുഷ്പദാസാണ് രചയിതാവ്. ആത്മീയതയും ഭൗതികതയും അവയുടെ പാരസ്പര്യവും വൈജാത്യവുമെല്ലാം അനുപൂരകമായി ഇതിൽ മിന്നിമറയുന്നു.

ആമുഖം

വിധി സമ്മാനിച്ച കർമ്മഫലവും പേറി, 47 വർഷത്തെ ഭൗതിക ജീവിതം സമ്മാനിച്ച കോംപ്ളിക്കേറ്റഡ് മെമ്മറിയുടെ ആഴത്തെ തിരിച്ചറിയാനുള്ള റിവേഴ്സ് എൻജിനീയറിംഗ്.

കഴിഞ്ഞ കാലവും, കാലം സമ്മാനിച്ച വേദനകളും, വേദനകളിൽ നിന്നുണ്ടായ ഉള്ളിലെ ചോദ്യങ്ങളോടും പറയാനുള്ളത് നന്ദി മാത്രം.

കണ്ട് മുട്ടിയ എല്ലാവരോടും ഹൃദയത്തിന്റെ ഭാഷയിൽ നന്ദി അറിയിക്കുന്നു. അത്മീയ പാതയിലൂടെ സഞ്ചരിക്കാൻ തുടങ്ങവേ ഒരു തിരിഞ്ഞ് നോട്ടം. കുറേ വെന്ത ഓർമകളും സൂര്യദേവൻ എരിച്ചു നാമാവശേഷമാക്കികളഞ്ഞ ഓർമ്മകളുടെ ചാരകൂമ്പാരം വൃത്തിയാക്കിയപ്പോൾ കിട്ടിയ ഒരു പിടി നല്ല ഓർമ്മകളും.

ജന്മം നൽകിയവരുടെ പേരുകൾ ചരിത്രത്തിന്റെ സുവർണ താളുകളിൽ എന്നും സ്വർണ്ണ ലിപികളായി നിലനിൽക്കട്ടേ.

ഗുരുപരമ്പരകളിലെ മഹാഗുരു, ജഗത്ഗുരു ശ്രീ നാരായണഗുരുദേവന്റെ ശിഷ്യനും അറിവിന്റെ മഹാസാഗരവും, നിസ്വാർത്ഥത എന്ന വാക്കിന്റെ ഏക പര്യായം ശ്രീ തസ്മൈ ഗുരുജിയുടെ ശിഷ്യനാവാൻ കഴിഞ്ഞതിന്റെ ചാരിതാർത്ഥ്യം പുസ്തക രൂപത്തിൽ ലോകത്തോട് വെളിപ്പെടുത്തുകയാണ്

എന്റെ അറിവുകൊണ്ട് എഴുതിയതേയല്ല. എന്റെ ഉള്ളിരുന്നു ആരോ എഴുതിക്കുകയാണ്. ഞാൻ കേവലം ഒരു പേനയായി മാറുന്നു എന്നേയുള്ളൂ. ജനങ്ങളിലേക്ക് എത്തിക്കണം എന്ന് ഒരു മോഹം തോന്നി. തെറ്റുകുറ്റങ്ങൾ സദയം ക്ഷമിക്കുക.

എഴുതാൻ അറിയാത്ത എന്നെ പ്രപഞ്ചം ഒരു പേനയാക്കി മാറ്റി. ഞാൻ ഇപ്പോൾ പ്രപഞ്ചത്തിന്റെ പേനയായി പ്രവർത്തിക്കുന്നത് പോലെ തോന്നുന്നു. തികഞ്ഞ ആത്മസമർപ്പണത്തോടെ പ്രപഞ്ചത്തോടും, ഗുരുക്കൻമാരോടും, ഗുരുപരമ്പരകളോടും ഞാൻ എന്റെ നന്ദിയും കടപ്പാടും അറിയിക്കുകയാണ്.

തസ്മൈ ഗുരുജിയും രത്നാകരനും

തസ്മൈ ഗുരുജിക്ക്

പ്രപഞ്ചത്തിന്റെ വക്താവായ അങ്ങയെക്കുറിച്ച് എഴുതുവാൻ ഞാൻ ആളല്ല. നാമമാത്രമായ ദിവസങ്ങൾ കൊണ്ട് അങ്ങ് എന്നിൽ വരുത്തിയ മാറ്റം എനിക്കു പോലും വിശ്വസിക്കാൻ പറ്റുന്നില്ല. അങ്ങയുടെ അറിവിന്റെ കണങ്ങൾ എന്നിൽ പതിച്ചപ്പോൾ എന്റെ ഉള്ളിൽ നിന്നും ഉൽഭവിച്ച കുറച്ചു വാക്കുകൾ ഞാൻ അങ്ങയ്ക്ക് വേണ്ടി സമർപ്പിക്കുന്നു. എന്റെ വാക്കുകളിലോ, ഞാൻ പ്രയോഗിച്ചിരിക്കുന്ന ശൈലിയിലോ, എന്തെങ്കിലും തെറ്റു കുറ്റങ്ങൾ സംഭവിച്ചിട്ടുണ്ടെങ്കിൽ അറിവു കേടായി കണ്ട് സദയം ക്ഷമിക്കേണമേ.

എന്തുകൊണ്ട്?

എന്തുകൊണ്ടാണ് ജീവിതം ഇങ്ങനെ ആയത്? അല്ലങ്കിൽ ആവുന്നത്?

എന്തുകൊണ്ട് സന്തോഷം കിട്ടുന്നില്ല?

എന്തുകൊണ്ട് സമാധാനം കിട്ടുന്നില്ല?

സന്തോഷവും സമാധാനവും എവിടെ നിന്ന് കിട്ടും?

സന്തോഷവും സമാധാനവും തേടി നടന്നാൽ കിട്ടുമോ?

മനുഷ്യ ജീവിതത്തിൽ എന്തുകൊണ്ടാണ് ഏറ്റക്കുറച്ചിലുകൾ ഉണ്ടാകുന്നത്?

ഓരോ മനുഷ്യരിലും ഉണ്ടാകുന്ന വ്യത്യസ്ഥത?

അവരിൽ ഉണ്ടാകുന്ന ചിന്തകൾ, സ്വഭാവ രീതികൾ?

ഒരേ അച്ഛന്റെ, അമ്മയുടെ മക്കളായി ജനിക്കുന്നവർ വ്യത്യസ്ഥ സ്വഭാവം, വ്യത്യസ്ത ചിന്തകളുമായി ജീവിക്കുന്നു.

വിഷമങ്ങൾ ആയാലും ദുരിതങ്ങൾ ആയാലും രോഗങ്ങൾ ആയാലും പലർക്കും പല അനുഭങ്ങളാണ്.

മാതാപിതാക്കളെ ബഹുമാനിക്കാത്ത, അംഗീകരിക്കാത്ത മക്കൾ...

രക്തബന്ധത്തിൽ ഉള്ളവർ പോലും ശത്രുത വച്ചുപുലർത്തുന്നു.

രാക്ഷസീയ സ്വഭാവവും പെരുമാറ്റവും വൈകൃത ചിന്തകളും ഉള്ള ആളുകൾ...

ജന്മനാ അംഗവൈകല്യം ബാധിച്ച് ജനിക്കുന്നവർ...

കൊലപാതകം, മോഷണം, ബലാൽസംഗം എന്നീ കുറ്റകൃത്യം ചെയ്യുന്നവർ...

ഒരു തെറ്റും ചെയ്യാതെ ക്രൂശിക്കപ്പെടുന്നവർ, ജയിൽവാസം അനുഭവിക്കേണ്ടി വരുന്നവർ...

ചിലർക്കാണെങ്കിൽ എപ്പോഴും ദുരിതവും കഷ്ടപ്പാടും മാത്രം.

ചിലർക്ക് ശനി ദോഷം

ചിലർക്ക് രാഹു ദോഷം

ചിലർക്ക് ചൊവ്വ ദോഷം

ചിലർക്ക് മംഗല്യ യോഗമില്ല

ചിലർക്ക് പുത്ര ഭാഗ്യമില്ല

കുടുംബ കലഹം... ഭർത്താവ് ഭാര്യയെ കൊല്ലുന്നു... ഭാര്യ ഭർത്താവിനെ കൊല്ലുന്നു...

വിവാഹ ബന്ധം വേർപ്പെടുത്തുന്നു... പരസ്പരം വഞ്ചിക്കുന്നു...

ചിലർ മാനസിക രോഗികളാകുന്നു...

മാറാരോഗം പിടിപെടുന്ന മറ്റു ചിലർ...

അനാഥരായി ജീവിക്കേണ്ടി വരുന്നവർ...

അപകടങ്ങൾ സംഭവിച്ചു ജീവൻ നഷ്ടപ്പെടുന്നവർ, അംഗവൈകല്യം സംഭവിക്കുന്നവർ...

മാതാപിതാക്കളെ മർദ്ധിക്കുന്ന മക്കൾ, കൊലപ്പെടുത്തുന്നവർ...

ഇങ്ങനെ ഇങ്ങനെ എണ്ണിയാലൊടുങ്ങാത്ത പ്രശ്നങ്ങൾ ഉള്ള ലോകം. എന്നാൽ ഈ മനുഷ്യരെ സൃഷ്ടിച്ചത് ദൈവമാണ് എന്ന് പറയുന്നു. ഓരോന്നും അനുഭവിക്കാൻ വേണ്ടി മനഃപൂർവം ദൈവം ഇവരെ എല്ലാം സൃഷ്ടിച്ചതാണോ? അപ്പോൾ ദൈവം ഇത്ര ഹൃദയശൂന്യനായ ആളാണോ? ദൈവത്തിന് ഇതാണോ ജോലി? ശരിക്കും ദൈവം ഉണ്ടോ?

ദൈവ വിശ്വാസം ഉള്ളവർക്കും, ദൈവത്തിന്റെ ആശ്രിത വത്സലൻമാർക്കും ' പോലും മേൽ പറഞ്ഞ കാര്യങ്ങൾ നടക്കുന്നു. അപ്പോൾ ദൈവം ഉണ്ടോ? ദൈവം നമ്മളെ കാന്നുന്നുണ്ടോ? കേൾക്കുന്നുണ്ടോ? എന്ന ചോദ്യം തീർച്ചയായും വരും. നമ്മുടെ പ്രശ്നങ്ങൾ ദൈവത്തിനോട് പറയുന്നത് കൊണ്ട് എന്തെങ്കിലും കാര്യം ഉണ്ടോ?

ഇതൊക്കെ ചോദ്യങ്ങൾ ആണ്? പക്ഷെ ഉത്തരം ഇല്ല. ഉത്തരം നൽകാൻ ദൈവത്തിന് മാത്രമേ സാധിക്കു. ദൈവത്തിനെ കണ്ടാൽ അല്ലേ ഇതൊക്കെ ചോദിക്കാൻ പറ്റൂ. ചോദിക്കാൻ ദൈവം എവിടെ? ജീവിതം ശരിയായ രീതിയിൽ അല്ല പോകുന്നത് എങ്കിൽ ഇത് പോലെ ഉള്ള ചോദ്യങ്ങൾ മനസ്സിൽ ഉടലെടുക്കും.

ചോദ്യം മാത്രം പോരല്ലോ? ഉത്തരം വേണ്ടേ? ഉത്തരവും വേണം ഉത്തരം എവിടെ നിന്ന് കിട്ടും?

ചോദ്യങ്ങൾ ഉണ്ടാകുന്നത് ജീവിതത്തിൽ നിന്നാണ് ജീവിതത്തിന് പ്രായത്തിന്റെ ദൈർഘ്യം ഉണ്ട്. ഓരോ പ്രായത്തിലും, ഉണ്ടാകുന്ന ഓരോ സാഹചര്യത്തിനേയും അനുസരിച്ച് ചോദ്യത്തിന്റെ വ്യാപ്തി അത്രത്തോളം വലുതും ആയിരിക്കും"

നമ്മുടെ ജീവിതത്തിലെ ഓരോ നിമിഷവും, ഓരോ ദിവസവും ഓരോ അനുഭവങ്ങളിൽ നിന്നും ഓരോ പരിതസ്ഥിതികളിൽ നിന്നും, കണ്ടുമുട്ടുന്ന വ്യക്തികളിൽ നിന്നും, അപ്പപ്പോൾ ഉണ്ടാകുന്ന സാഹചര്യങ്ങളിൽ നിന്നും, ഓരോരോ അറിവുകൾ കിട്ടുന്നു. ആ അറിവുകൾ ആണ് ശരി, ആ അറിവുകളാണ് നല്ലത് എന്നും വിചാരിച്ച് ഞാൻ ജീവിച്ചുവരികയായിരുന്നു.

എന്താണ് ശരി?

എന്താണ് തെറ്റ്?

ശരിക്കും ഉള്ള ശരി എന്താണ്?

ശരിക്കും ഉള്ള നല്ലത് എന്താണ്?

തെറ്റ് എന്താണ്?

ഇതൊക്കെ മനസ്സിലാക്കാനുള്ള കഴിവും ഇല്ലായിരുന്നു. പറഞ്ഞുതരാൻ ആരും തന്നെ ഇല്ലായിരുന്നു എന്നതായിരുന്നു സത്യം. ശരിയായത്, ശരിയായ ജീവിതം എന്താണ് എന്ന് മനസ്സിലായപ്പോഴേക്കും ജീവിതത്തിന്റെ മുക്കാൽ ഭാഗം കഴിഞ്ഞുപോയി എന്നതാണ് സത്യം.

അഭ്യുദയകാംഷി

അഭ്യുദയകാംക്ഷി എന്ന വാക്കിന് അർത്ഥം?

ജീവിതത്തിൽ ഒരു അഭ്യുദയകാംഷിയെ തേടി നടക്കുകയായിരുന്നു.

അഭ്യുദയകാംഷി എന്ന വാക്കിന്റെ വ്യാപ്തി മനസ്സിലാക്കാൻ 47 വർഷങ്ങൾ വേണ്ടി വന്നു. നീണ്ട കാലത്തെ തിരച്ചിലിൽ അങ്ങനെ ഒന്ന് ഇല്ല എന്ന് തന്നെ തോന്നിപ്പോയി. കാരണം മനുഷ്യർ എല്ലാവരും സ്വാർത്ഥരാണ്. സ്വാർത്ഥത നിറഞ്ഞ മനുഷ്യർക്കിടയിൽ അഭ്യുദയകാംഷിയെ പ്രാപ്തമാക്കുക എന്നത് അസാധ്യമായി തോന്നി. അങ്ങനെ ഒരാൾ ഇല്ല കിട്ടുക എളുപ്പവും അല്ല എന്ന് പറഞ്ഞു പലരും പിന്തിരിപ്പിച്ചു.

പൂർണ്ണമായും well wisher ആയ ഒരാൾ അതാണ് അഭ്യുദയകാംഷി. അഭ്യുദയകാംഷി അത് ആരും ആവാം അങ്ങനെ ഒരാൾ ജീവിതത്തിലേക്ക് വന്നാൽ ഒരിക്കാലും കൈവിടാതെ നോക്കുക.

എനിക്ക് നല്ലതിനെ തേടി നടക്കുന്ന ശീലം ഉണ്ടായിരുന്നു. പക്ഷെ നല്ലത് എന്താണന്ന് അറിയില്ലായിരുന്നു. നല്ലത് പറഞ്ഞ് തരാനും ആരും ഇല്ലായിരുന്നു. നേർവഴിപറഞ്ഞ് തരാനും ആരും ഇല്ലായിരുന്നു.

നമുക്ക് നല്ലത് പറഞ്ഞുതരുന്നവരും, ഉപദേശം നൽകുന്നവരും, നമ്മൾ നല്ലതാണന്ന് വിശ്വസിക്കുന്നവർ, ആരും തന്നെ നല്ലവരേ അല്ല എന്നതാണ് വാസ്തവം. ഓരോരുത്തരും അവരവരുടെ ഉള്ളിലെ സ്വാർത്ഥമായ അറിവുകൾ നമ്മളിൽ അടിച്ചേൽപ്പിക്കുന്നു. ശരിയായ ഒരാളിന്റെ നിയന്ത്രണത്തിൽ വേണം ജീവിക്കാൻ എന്നത് എന്റെ ജീവിതത്തിൽ നിന്ന് എനിക്ക്

മനസ്സിലായ ഒരു വസ്തുത ആണ്. ജീവിതത്തിന്റെ വഴിത്താരയിൽ നൻമ തിൻമകൾ പകർന്ന് തന്ന്, ശരിയായ മാർഗനിർദ്ദേശം തന്ന് മുന്നോട്ട് നയിക്കാൻ പ്രാപ്തിയുള്ള ഒരാളെ ഈ സ്വാർത്ഥത നിറഞ്ഞ ലോകത്ത് കിട്ടുക എന്നത് ബാലികേറാമല പോലെ തേടി കണ്ട് പിടിക്കുക ദുഷ്കരമായ ഒന്ന് ആയിരുന്നു. നാളിത് വരെ മാതൃക ആക്കാൻ പറ്റിയ ഒരാളേയും കണ്ടിരുന്നില്ല. കിട്ടിയതുമില്ല.

മുൻജൻമ സുകൃതം ആണോ? ഭൂമിയിൽ ജനിപ്പിച്ചവരുടെ പ്രത്യേകത ആണോ? എന്നറിയില്ല അങ്ങനെ ഒന്ന് എന്റെ ജീവിതത്തിൽ ഒരു മൊബൈൽ നമ്പർ മുഖേന വന്ന് ചേർന്നു.

നിർഭാഗ്യം എന്നു പറയട്ടെ, ജീവിതത്തിലേക്ക് വന്നത് പ്രപഞ്ചത്തിന്റെ സമ്മാനം ആണെന്ന് മനസ്സിലാക്കാൻ ഉള്ള ബോധം ഇല്ലാതെ പോയി. വിപരീത ചിന്തയും, നെഗറ്റീവിനെ ആകർഷിക്കുന്ന സ്വഭാവവും ആയത് കൊണ്ടാണോ എന്നറിയില്ല സംശയത്തോടെ നോക്കി കാണേണ്ടി വന്നു. നാളിത് വരെ സഞ്ചരിച്ച വഴികളും, കണ്ടുമുട്ടിയ ആളുകളും, ഉണ്ടാകുന്ന അനുഭവങ്ങളിൽ നിന്നും ആണല്ലോ നമ്മൾ ഓരോന്നിനേയും വിലയിരുത്തുന്നത്. അതുകൊണ്ടായിരിക്കാം പ്രപഞ്ചം തന്ന സൗഭാഗ്യത്തെ സംശയത്തോടെ നോക്കേണ്ടി വന്നത്.

ഗുരുവേ മാപ്പ്...

ഗുരു, ധ്യാനം

എന്താണ് ഗുരു? ആരാണ് ഗുരു?

സിനിമ, മഹാഭാരതം, രാമായണം ഇവയിൽ ഗുരു കഥാപത്രത്തെ കണ്ടിട്ടുള്ളതല്ലാതെ ജീവിതത്തിൽ ഒരു ഗുരു ഉണ്ടാവും എന്ന് സ്വപ്നത്തിൽ പോലും കരുതിയില്ല. ഗുരുവിനെ മനസ്സിലാക്കാൻ വൈകി. ഒരു ഗുരുവിനോട് എങ്ങനെ പെരുമാറണം എന്ന് അറിയില്ല. ഗുരു എന്ന സത്യത്തെ ഉൾക്കൊള്ളാൻ മനസ്സിന് പക്വത ആയിരുന്നില്ല എന്നതാണ് സത്യം.

എന്താണ് ധ്യാനം?

ധ്യാനം എന്നത് ഇന്ദ്രിയങ്ങളെ പൂർണ്ണമായും അടക്കി വക്കുന്ന എന്തോ ഒന്ന് ആണ് എന്നാണ് വിചാരിച്ചിരിരുന്നത്. മര്യാദയ്ക്ക് ഒരു സ്ഥലത്ത് ഒരു നിമിഷം പോലും അടങ്ങിയിരിക്കാത്ത ഒരാളായ ഞാൻ എങ്ങനെ ധ്യാനം ചെയ്യും. എന്നെക്കൊണ്ട് ധ്യാനിക്കാൻ പറ്റുമോ എന്ന് പോലും അറിയില്ലായിരുന്നു.

ധ്യാനം കൂടിയേ തീരൂ എന്നത് ജീവിതത്തിൽ അനിവാര്യമായി വരികയും ചെയ്തു. ധ്യാനിക്കണം എങ്കിൽ ഒരു ഗുരുവിന്റെ സഹായം കൂടിയേ തീരൂ. സ്ഥിതിഗതികൾ നേരിട്ട് മനസ്സിലാക്കുകയും ചെയ്യാം എന്നു വിചാരിച്ചാണ് ആശ്രമത്തിൽ പോയത്.

ആശ്രമ ജീവിതം

ജീവിതത്തിൽ ആദ്യമായി ഒരു ഗുരുവിനെ നേരിട്ട് കാണാൻ സാധിച്ചു. പ്രത്യേകിച്ച് ഒന്നും തോന്നിയില്ല താടിയും മുടിയും നീട്ടി വളർത്തി പൈജാമയും, കുർത്തയും ധരിച്ച ഒരു സാധാരണ മനുഷ്യൻ കണ്ട മാത്രയിൽ തോന്നിയത്. പുറമേ നിന്ന് നോക്കുമ്പോൾ ആർക്കും അങ്ങനയേ തോന്നൂ.

ആശ്രമത്തിലെ ആദ്യ ദിനം : 1

2/12/2024 വ്യാഴം രാവിലെ 7 മണി

ജീവിതത്തിൽ ആദ്യമായി മെഡിറ്റേഷൻ ചെയ്യുന്നു.

പ്രപഞ്ചത്തിനെ സാഷ്ടാംഗം നമസ്കരിച്ചു ഗുരുവിന്റെ അനുവാദത്തോടെ മെഡിറ്റേഷനിൽ ഇരുന്നു. (ഇരിക്കുന്നതിന് പ്രത്യേക രീതി ഉണ്ട്). ഗുരു പറഞ്ഞു പുരിക മദ്ധ്യത്തിൽ ശ്രദ്ധിക്കുക, മൂന്ന് നിറങ്ങൾ കാണും അവിടെ ഒരു കണ്ണ് കാണാൻ സാധിക്കും ആ കണ്ണിലൂടെ ബ്രഹ്മാണ്ഡത്തെ കാണാൻ സാധിക്കും. പുരിക മദ്ധ്യത്തിൽ ശ്രദ്ധിച്ചപ്പോൾ ചുവപ്പ്, ഓറഞ്ച്, പിങ്ക് മൂന്ന് നിറങ്ങൾ കണ്ടു. ഗുരു പറഞ്ഞത് പോലെ ഒരു കണ്ണ് കണ്ടു. സാക്ഷാൽ ഗുരുവിന്റെ കണ്ണ് തന്നെ ആയിരുന്നു. ബ്രഹ്മാണ്ഡത്തിലൂടെ ഉള്ള യാത്ര. കുറച്ച് അകലെ സാക്ഷാൽ മഹാദേവൻ നിൽക്കുന്നു. കുറച്ചുകൂടി മുന്നോട്ട് പോയപ്പോൾ ശ്രീകൃഷ്ണൻ നിൽക്കുന്നു. പിന്നെ കണ്ട കാഴ്ച പല തരം പ്രദേശങ്ങൾ, കുന്നിൻ ചരിവുകൾ, വനങ്ങൾ, മൈതാനങ്ങൾ, പുൽതകിടികൾ, പല നിറത്തിലുള്ള കാഴ്ച്ച, മലനിരകൾ, നീരൊഴുക്കുകൾ, കാഴ്ചയ്ക്ക് എത്തിപെടാൻ പറ്റാത്ത തരം അഗാധമായ മഞ്ഞ് മൂടിയ മേഘാവൃതമായ അന്തരീക്ഷം. വർണ്ണശബളമായ

മനോഹരമായ കാഴ്ച്ചകൾ ഇങ്ങനെ കണ്ട് പോകുമ്പോൾ ഒരു ശബ്ദം കേട്ടു 'ഗുരുവിനെ മനസ്സിൽ ധ്യാനിച്ച് പ്രപഞ്ചത്തെ നമസ്ക്കരിച്ച് എല്ലാവരും എഴുന്നേറ്റ് കൊള്ളുക'. കൃത്യം 45 മിനിറ്റ് മെഡിറ്റേഷൻ കഴിഞ്ഞു.

ജീവിതത്തിൽ ആദ്യമായി മെഡിറ്റേഷൻ ചെയ്തപ്പോൾ തന്നെ പ്രധാനപ്പെട്ട രണ്ട് ഭഗവാൻമാരുടെ ദർശനം സാധ്യമായി നല്ല അനുഭവം നല്ല കാഴ്ച.

പക്ഷെ ഇത് ആരോടും പറഞ്ഞില്ല, ഗുരുവിനോടും പറഞ്ഞി ല്ല. മനസ്സ് മുഴുവനും കുഷ്ഠം ബാധിച്ചിരിക്കുകയാണല്ലോ : പറഞ്ഞാൽ ആരെങ്കിലും കളിയാക്കിയാലോ? ഹാലുസിനേഷൻ ആണങ്കിലോ? ഹാലുസിനേഷൻ ആണന്ന് കരുതി. പൊട്ട ബുദ്ധി ആണല്ലോ.

രാവിലത്തെ മെഡിറ്റേഷൻ കഴിഞ്ഞു 'പിന്നെ ആശ്രമത്തിലെ പ്രഭാത ഭക്ഷണം ലക്ഷ്മണൻ ചേട്ടന്റെ അതിവിശിഷ്ഠവും, സ്വാദിഷ്ടവും ആയ ഔഷധകഞ്ഞി' പിന്നെ, വിശ്രമം ഉച്ചയ്ക്ക് ഉള്ള ഭക്ഷണം, പിന്നെ വിശ്രമം 4 മണിക്ക് ചായ ഇങ്ങനെ പോകുന്നു ആശ്രമ ജീവിതം.

ആശ്രമത്തക്കുറിച്ച് പറയുകയാണെങ്കിൽ വായിച്ചറിഞ്ഞി ട്ടുള്ളതും, കേട്ടിട്ടുള്ളതിൽ നിന്നും വ്യത്യസ്തമായി തോന്നി. വൈകുന്നേരം 7 മണിക്ക് മൂൺ മെഡിറ്റേഷൻ ചെയ്തു. (ഒരു പ്രത്യേക രീതിയിൽ ചന്ദ്രനെ നോക്കി ഇരുന്ന് ചെയ്യുന്ന ധ്യാനം) പ്രത്യേകിച്ച് ഒന്നും മൂൺ മെഡിറ്റേഷനിൽ തോന്നിയില്ല. നമ്മുക്ക് എന്തെങ്കിലും ധ്യാന അനുഭവം കിട്ടിയാൽ അത് ഗുരുവിനോട് പറയണം എന്നതാണ് രീതി. പക്ഷെ ഞാൻ പറഞ്ഞില്ല.

എന്തിനും ഏതിനും എപ്പോഴും സംശയങ്ങൾ ആയിരുന്നത് കൊണ്ട് ഗുരുവുമായി സംവദിക്കാൻ കിട്ടുന്ന അവസരങ്ങൾ എല്ലാം വർഷങ്ങളായി മനസ്സിൽ അടിഞ്ഞ് കൂടി കിടന്നിരുന്ന സംശയങ്ങൾ, എല്ലാം ചോദിച്ച് കൊണ്ടേയിരുന്നു. ഗുരുക്കൻമാർ ത്രികാലജ്ഞാനികൾ അണല്ലോ. ഗുരുവിന് അറിയാം ഈ ചോദ്യങ്ങൾ എല്ലാം വേസ്റ്റ് ആണ് എന്ന് ചോദ്യം ചോദിക്കുന്നത് തന്നെ ഒരു മാനസിക വൈകല്യം ആണ് എന്ന് പിന്നീടാണ് തിരിച്ചറിഞ്ഞത്.

മൂൺ മെഡിറ്റേഷൻ ആദ്യ അനുഭവം

22/12/24 ഞായർ

അന്ന് മൂൺ ഇല്ലായിരുന്നു. സ്റ്റാറിനെ നോക്കി ആണ് ഇരുന്നത്. (സ്റ്റാർ ആണ് നമ്മുടെ ജാതകം മാറ്റി മറിക്കുന്നത്)

സ്റ്റാറിനെ നോക്കി ഇരുന്നു. കുറച്ച് നേരം കഴിഞ്ഞ് സ്റ്റാർ മാഞ്ഞുപോയി. ഇടയ്ക്ക് കണ്ണടഞ്ഞ് മയങ്ങി പോയ പോലെ തോന്നി പെട്ടന്ന് കണ്ണ് തുറന്നു നോക്കിയപ്പോൾ ആകാശം കുറച്ച് അടുത്ത് നിൽക്കുന്നു. ശ്രദ്ധ മാറ്റാതെ നോക്കിയപ്പോൾ മുരുകനെ കണ്ടു. യമദേവൻ നിൽക്കുന്നതു കണ്ടു. ശേഷം മേഘത്തിൽ ലയിച്ചിരിക്കുന്ന ദിവ്യത്വമുള്ള കോമളമായ വലിയ ഒരു മുഖം കണ്ടു. അപ്പോൾ മനസ്സിലായില്ല ആ മുഖം ആരുടേതാണെന്ന് 'പിന്നീടാണ് അത് ചന്ദ്രദേവൻ ആണെന്ന് മനസ്സിലായത്. ആ സമയം കണ്ണുകൾ നിറഞ്ഞു ഒഴുകുകയായിരുന്നു. കരയുകയല്ല, പിന്നെ കാണുന്ന കാഴ്ച്ചകളിൽ മുഴുവൻ ഗുരുജിയുടെ മുഖം ആയിരുന്നു. മൂൺ മെഡിറ്റേഷനിൽ തലയിൽ പല ഭാഗങ്ങളിലും ചെറിയ മുഴകൾ പ്രത്യക്ഷപ്പെടാറുണ്ട് പിറ്റേന്നു അത് മാറുകയും ചെയ്യും. ഒരു സൺ മെഡിറ്റേഷനിൽ കത്തിജ്വലിച്ച് നിൽക്കുന്ന സൂര്യൻ സൂര്യന് മുൻവശത്ത് പത്മാസനത്തിൽ ഇരുന്ന് ധ്യാനം ചെയ്യുന്ന ഗുരുവിനെ രണ്ട് തവണ കണ്ടു. ഗുരുജിയുടെ വലിയ ഒരു രൂപം കാണുന്നു. ഗുരുജിയുടെ കണ്ണുകൾ കാണുന്നു.

മെഡിറ്റേഷനിടയിൽ ഞാൻ കരയുന്നുണ്ടായിരുന്നു. ഉള്ളിലെ വിങ്ങൽ തിരിച്ചറിയുന്നുണ്ടായിരുന്നു. യഥാർത്ഥ ഗുരു ആണ് ഇത് എന്ന് പ്രപഞ്ചം മനസ്സിലാക്കി തരുകയായിരുന്നു. ഞാൻ ഇരിക്കുന്നത് കസേരയിൽ ആണ് എന്ന് എനിക്ക് അറിയാം പക്ഷെ ഞാൻ ഒരു കൊച്ചു കുട്ടിയെ പോലെ ചുരുണ്ട് കൂടി കിടക്കുകയാണ്. പിന്നീടാണ് മനസ്സിലായത് എന്നെ അതുപോലെ എടുത്ത് മാറോട് ചേർത്തുപിടിച്ചിരിക്കുകയാണ്. പ്രപഞ്ചത്തിലെ ഏറ്റവും സുരക്ഷിതമായ കൈകളിൽ ആണ് ഞാൻ കിടക്കുന്നത്. എന്നെ ചേർത്ത് പിടിച്ചിരിക്കുന്നത് എന്ന് എനിക്ക് ബോധ്യമായി

അവിസ്മരണീയ അനുഭവം

25/12/24 ബുധൻ

വൈകിട്ട് മൂൺ മെഡിറ്റേഷൻ. ജീവിതത്തിൽ ഒരിക്കലും മറക്കാൻ കഴിയാത്ത ദിനം

സാധാരണ മൂൺ മെഡിറ്റേക്ഷൻ ചെയ്യുമ്പോൾ എന്തെങ്കിലും തരത്തിലുള്ള അസ്വസ്ഥതകൾ ഉണ്ടാവാറുണ്ട്. എങ്ങനെയെങ്കിലും ഒന്ന് അലാറം അടിച്ചിരുന്നെങ്കിൽ എഴുന്നേൽക്കാൻ വേണ്ടി. പക്ഷെ അന്നേ ദിവസം യാതൊരു അസ്വസ്ഥതയും ഉണ്ടായില്ല. എന്ന് മാത്രമല്ല ഞാൻ അനങ്ങാതെ ഇരുന്നു. അപ്പോൾ മനസ്സിൽ തോന്നിയ കാര്യം അലാറം അടിച്ച് കഴിയുമ്പോ എല്ലാവരോടും പറയണം ഞാൻ മെഡിറ്റേഷൻ ചെയ്യാൻ പഠിച്ചു എന്ന്. 45 മിനിറ്റ് ശേഷം അലാറം മുഴങ്ങി എല്ലാവരും എഴുന്നേറ്റ് പോയി. ഞാൻ എഴുന്നേൽക്കാൻ ശ്രമിച്ചിട്ട് എഴുന്നേൽക്കാൻ പറ്റുന്നില്ല. ആദ്യം കരുതിയത് തോന്നൽ ആണെന്നാണ്. പത്ത് പതിനഞ്ച് മിനിറ്റ് കഴിഞ്ഞപ്പോൾ ആണ് സംഗതിയുടെ ഗൗരവം മനസ്സിലായത്. അപ്പോഴേക്കും ഗുരുജി ഉൾപ്പെടെ എല്ലാവരും എന്റെ ചുറ്റും ഉണ്ട്. നാവിന് മാത്രം ചലന ശേഷി ഉണ്ട്. ബാക്കി കാലിന്റെ വിരൽ മുതൽ മുടി വരെ ഒന്നും ഇല്ലാത്ത അവസ്ഥ. ഒരു പക്ഷെ അപ്പോൾ ഉള്ള അവസ്ഥ എന്താണ് എന്ന് പറയാൻ വേണ്ടി ആയിരിക്കും നാവിന് ചലന ശേഷി തന്നത്. നാവിന് ചലന ശേഷി ഉണ്ടായിരുന്നത് കൊണ്ട് കാര്യങ്ങൾ പറയാൻ പറ്റി. ശരിക്കും മരിക്കുമ്പോൾ സംഭവിയ്ക്കുന്നത് എന്താണ് എന്ന് എനിക്ക് മനസ്സിലായി. ആ സമയത്ത് എന്റെ ശരീരം കത്തിച്ച് കളഞ്ഞാലും ഞാൻ അറിയില്ല. പ്രതികരിക്കാനും പറ്റില്ല. ഒന്ന് സങ്കൽപ്പിച്ച് നോക്കു... ഓർമയുണ്ട്. പക്ഷെ ജീവനില്ല...

ഗുരുവേ... ജീവിച്ചിരിക്കുന്ന ദൈവത്തെ ഞാൻ ആദ്യമായി കണ്ടു.

ഗുരുവിന്റെ മുഖത്ത് ചിരി മാത്രം. ഒരോന്നൊക്കെ പറഞ്ഞ് തമാശ ഒക്കെ പറഞ്ഞു എന്റെ മുന്നിൽ നിൽക്കുന്നു. ശരിയായ സമയദൈർഘ്യം പറയുകയാണങ്കിൽ ഒരു മണിക്കൂർ 20 മിനിറ്റ് ആണെന്ന് തോന്നുന്നു (പറഞ്ഞ് കേട്ടതാണ്) ഗുരുവും ആശ്രമവാസികളും കൂടി വളരെ നേരത്തെ പരിശ്രമത്തിൽ നിന്നാണ്

എന്നെ എഴുന്നേൽപിച്ചത്.

ആദ്യം അനക്കം ഉണ്ടായത് വയറിന്റെ ഉള്ളിൽ നിന്നും ആണ്. സൃഷ്ടി കർത്താവായ ബ്രഹ്മദേവന്റെ ഉൽപത്തി തന്നെ ഭഗവാന്റെ നാഭിയിൽ നിന്ന് ആണല്ലോ. നമ്മുടെ ഉത്പത്തി യും ഉദരത്തിൽ നിന്ന് തന്നെ ആണല്ലോ' ഇതൊക്കെ ഞാൻ ആശ്ചര്യത്തോടെ ഞാൻ മനസ്സിലാക്കുകയാണ്. ലക്ഷ്മണൻ ചേട്ടനും, മധു ചേട്ടനും കൂടി എന്റെ കാലിൽ വെള്ളം ഒഴിക്കുന്ന തും, ഗുരുജി എന്റെ തലയിൽ വെള്ളം തൊട്ട് തടവുന്നതും ഒക്കെ എന്നും നല്ല ഓർമ്മകളായി നിലനിൽക്കും.

പിറ്റേ ദിവസം

26/12/24 വ്യാഴം

സൺ മെഡിറ്റേഷൻ വ്യത്യസ്തമായ കാഴ്ച്ചകൾ കണ്ട് അങ്ങനെ പോകുന്നു.

ജ്വലിച്ച് നിൽക്കുന്ന സൂര്യൻ 'സൂര്യന്റെ മുന്നിലായി സാക്ഷാൽ അയ്യപ്പ സ്വാമിയെ കണ്ടു. മുന്നോട്ട് പോകവേ ശ്രീരാമസ്വാമിയെ കണ്ടു. ശേഷം ഹനുമാൻ സ്വാമിയെ കണ്ടു. പിന്നെ കണ്ടത് വാമനനെ ആണ്. സൂര്യതേജസിന്റെ പല ഭാവങ്ങൾ...

ആദ്യ 14 ദിവസത്തെ മെഡിറ്റേഷൻ അനുഭവങ്ങൾ ആണ് മേലെ വിവരിച്ചത്. മെഡിറ്റേഷനിൽ നിന്നും ഉണ്ടായ മാറ്റങ്ങൾ...

ആദ്യ 15 ദിവസത്തെ മെഡിറ്റേഷനിൽ നിന്നും ഉണ്ടായ മാറ്റം

ആശ്രമത്തിൽ താമസിച്ച 14 ദിവസവും ഞാൻ എന്തായി രുന്നോ (മുഖം മൂടി ഇല്ലാതെ)അതേ ഞാൻ ആയിട്ട് എനിക്ക് താമസിക്കാൻ കഴിഞ്ഞു. അതിൽ നിന്ന് എനിക്ക് മനസ്സിലാ യത് നമ്മുടെ ഉള്ളിൽ വെറെ ഒന്ന് വച്ച് പുറമെ വേറൊന്ന് ചെയ്യു മ്പോൾ വിപരീത പ്രതിഫലനം നമ്മളിൽ രൂപപെടുന്നു. ഉള്ളിൽ മോശം സ്വഭാവം ഒളിപ്പിച്ച് വച്ച് പുറമേ മാന്യത കാണിക്കുന്നത് കൊണ്ട് യാതൊരു ഗുണവുമില്ല. നമ്മുടെ ഉള്ളിലെ നൻമ ആണ് പ്രപഞ്ചം ആഗ്രഹിക്കുന്നത്. അല്ലാതെ പുറമേ ഉള്ള കാട്ടികൂട്ടലു

കൾ അല്ല.

പ്രാർത്ഥന

47 വയസ് വരെ ജീവിച്ചതിൽ കിട്ടാവുന്ന അത്രയും നെഗറ്റീവ് എനർജി ആണ് സമ്പാദിച്ചത്. 47 വയസ് എന്ന് പറയുമ്പോൾ 17155 ദിവസം അതിൽ കേവലം 14 ദിവസം കൊണ്ട് എന്റെ ഉള്ളിൽ എത്രത്തോളം പരിവർത്തനം നടന്നു എന്ന് എനിക്ക് മനസ്സിലാക്കാൻ കഴിഞ്ഞു. മൂന്നരക്കോടി ആണ് കേരളത്തിലെ ജനസംഖ്യ അതിൽ ഒരു ശതമാനം പേർക്കെങ്കിലും ഈ പരിവർത്തനം ഉണ്ടായാൽ എത്ര നന്നായേനേ.

തിരിച്ചറിവ്

ഗുരുവിൽ നിന്ന് ഒരുപാട് അറിവുകൾ നേടാൻ സാധിച്ചു. അവിടെ നിന്നും ഇവിടെ നിന്നും ഒക്കെ കിട്ടുന്ന മുറി അറിവുകൾ പേറി ഞാൻ എന്തോ വലിയ സംഭവം ആണെന്ന് വിചാരിച്ച് അഹങ്കരിച്ചുതന്നെ നടന്നു എന്ന് വേണം പറയാൻ'. നമ്മൾ എത്രയൊക്കെ അറിവു സമ്പാദിച്ചാലും, എത്രയൊക്കെ പുസ്തകം അരച്ച് കലക്കി കുടിച്ചാലും, എന്തൊക്കെ നേടിയാലും ഒരു കാര്യവുമില്ല. ആരാണോ യഥാർത്ഥ ഗുരു, ആ ഗുരുവിന് മുന്നിൽ നമ്മുടെ അറിവുകൾ വിളമ്പുന്നതും, പ്രവർത്തിക്കുന്നതും അല്പത്തരം ആണന്നേ എനിക്ക് പറയാനാവൂ. നമ്മൾ നേടിയ പാണ്ഡിത്യവും, ജ്ഞാനവും ഒക്കെ വച്ച് നമ്മൾ വലിയ സംഭവം ആണെന്ന് ഒക്കെ തോന്നും 'പക്ഷെ ഒരു യഥാർത്ഥ ഗുരുവിന്റെ മുന്നിൽ ഈ അറിവുകൾ പാഴ്ജൽപ്പനങ്ങൾ മാത്രം ആണ്.

യഥാർത്ഥത്തിൽ ഗുരു എത്ര നിസഹായനാണ്. വിവരക്കേടിന്റെ വലിയ ഒരു സമൂഹത്തെ നൻമയുടെ പാതയിലേക്ക് നയിക്കാൻ പാടുപ്പെടുന്നു. ഗുരുക്കൻമാരുടെ ജ്ഞാനത്തെ സംശയദൃഷ്ട്ടിയോടെ വീക്ഷിക്കുന്ന പൊതു സമൂഹമാണ് ഇന്നുള്ളത്. പ്രപഞ്ചത്തിലെ ജീവജാലങ്ങളെല്ലാം എല്ലാം ഒന്നു പോലെ, മൃഗങ്ങളും, പക്ഷികളും, പുഴുക്കളും, പ്രാണികളും എല്ലാം അവരുടെയെല്ലാം കടമകൾ കൃത്യമായി ഒരു മാറ്റവും ഇല്ലാതെ അനുവ

ർത്തിച്ചു വരുന്നു. മനുഷ്യൻ മാത്രം എന്തൊക്കെയോ കാട്ടിക്കൂട്ടു ന്നു. മനുഷ്യന് ബുദ്ധിയും, ശക്തിയും, കഴിവും ചിന്താ ശേഷിയും ആവശ്യത്തിൽ കൂടുതൽ പ്രപഞ്ചം നൽകി. പക്ഷെ ഇതൊന്നും ശരിയായ രീതിയിൽ ഉപയോഗിക്കാൻ അറിയാതെ, സ്വന്തമായി ഒന്നും ചെയ്യാൻ അറിയാതെ, സ്വയം ഒന്നും ചെയ്യാതെ, മറ്റുള്ള വരെ അനുകരിക്കാൻ ശ്രമിച്ച് ജീവിക്കുന്നു എന്നത് ഒരു സത്യം ആണന്ന് ഞാൻ മനസ്സിലാക്കി.

ആരെങ്കിലും എഴുതിവച്ചത് ഒക്കെ വായിച്ച് മനഃപാഠം ആക്കി അതിൽ എഴുതിയിരിക്കുന്നതാണ് ശരി എന്ന് വിശ്വ സിച്ച് നടക്കുന്ന ഒരു പറ്റം സമൂഹം, യൂടൂബിൽ ആശയങ്ങൾ തേടുന്ന മറ്റൊരു സമൂഹം, എന്തിനും ഏതിനും ഗൂഗിളിൽ സംശയ നിവാരണം നടത്തി സായൂജ്യം നേടുന്ന കുറേ പേർ. നമ്മൾ വില കൊടുത്ത് വാങ്ങിയ പ്രത്യേക ഉപകരണം (മൊബൈൽ) ഇന്ന് നമ്മുടെ തലച്ചോറിനെ നിയന്ത്രിച്ച്, ബുദ്ധിയേയും ഇന്ദ്രിയങ്ങ ളേയും അടിമയാക്കി നമ്മുടെ വിലപ്പെട്ട സമയത്തെ മുഴുവൻ അപഹരിക്കുന്നു.

ഗുരു

എന്താണ് ഗുരു? ആരാണ് ഗുരു? കേൾക്കുമ്പോൾ രണ്ട് അക്ഷരം മാത്രം പക്ഷെ ഗുരുക്കൻമാരെ നേരിട്ട് മനസ്സിലാക്കിയ വർക്ക് മാത്രമേ ഒരു ഗുരുവിന്റെ മഹത്വം എന്താണ്? ഗുരുവിന്റെ വ്യാപ്തി എന്താണന്ന് അറിയുകയുള്ളൂ. എനിക്ക് അറിയാൻ കഴിഞ്ഞത് ഞാൻ മനസ്സിലാക്കിയത് ഈ പ്രപഞ്ചത്തിൽ മുപ്പ ത്തിമുക്കോടി ദൈവങ്ങൾ ഉണ്ട് എന്നാണ്. ഒരു ഗുരുവിന്റെ തത്വ ത്തിലൂടെ നമ്മൾ ജീവിച്ചാൽ അത്രയും ദൈവങ്ങൾക്കും നമ്മൾ പ്രീയപ്പെട്ടതാകും. ഗുരുവിന്റെ കണ്ണിലൂടെ ഈ ദൈവങ്ങളെ അത്രയും ദർശിക്കാൻ കഴിയും. ഗുരു എന്നാൽ വെളിച്ചം എന്നും അർത്ഥം ഉണ്ട്. ജാതക ദോഷത്തിന്റെയും, കർമഫലത്തിന്റെയും ഇരുട്ട് നിറഞ്ഞ പടുകുഴിയിൽ പെട്ടു പോകുന്നവർക്ക് അവരുടെ ജീവിതത്തിൽ വെളിച്ചമായി വന്ന് ഒരോരുത്തർക്കും പ്രകാശം നൽകുന്ന ദിവ്യ തേജസ്സ് അതാണ് സാക്ഷാൽ ശ്രീ തസ്മൈ ഗുരുജി...

അച്ഛനെ കണ്ട ഓർമയില്ല... അമ്മ കൂടെയില്ല... വളർത്തിയത് അമ്മയുടെ ആളുകൾ ആണ്. വീടിന്റെ വേലിക്കെട്ടിന് പുറത്ത് പോകാൻ അനുമതിയില്ല. സ്കൂളിൽ പോവുക തിരിച്ച് വരിക. സ്വാതന്ത്ര്യം ഇല്ലാത്ത അനാഥത്വം തോന്നിയ ബാല്യം. (ഇപ്പോൾ ചിന്തിക്കുമ്പോൾ അന്ന് വീട്ടുകാർ വളർത്തിയ രീതി ഏറ്റവും നല്ലതായിരുന്നു എന്ന് മനസ്സിലായി, അതുപോലെ ഉപദേശിച്ച് തന്ന പല കാര്യങ്ങളും നല്ലത് തന്നെ ആയിരുന്നു. വളർത്തിയവർ നല്ലവർ ആയിരുന്നു). കോടീശ്വരൻ ആകണം എന്നതായിരുന്നു ആഗ്രഹം. പക്ഷെ ഓട്ടകാലണയുമായിട്ടാണ് ജനിച്ചത്. കോടീശ്വരനാവാൻ വേണ്ടി പ്രയത്നം തുടങ്ങി. അതിനുവേണ്ടി (വയസ് 17) നാടുവിട്ടു. ചെന്നെത്തിയത് ബോംബെ. ഇരിക്കുന്നതിന് മുമ്പേ കാലുനീട്ടുന്ന സ്വഭാവം ആയിരുന്നത് കൊണ്ടാണോ...? എന്തൊക്കെയോ ഒരു ശരിയാകാഴിക അന്ന് ഉണ്ടായിരുന്നു. ഒച്ച് ഇഴയുന്നത് പോലെയേ ഗ്രാഫ് ഉയരുമായിരുന്നുള്ളു. നാട് വിട്ട്, നാട് വിട്ട് പല ദേശങ്ങൾ താണ്ടി അങ്ങനെ പോകുന്നു ജീവിതം. എവിടെ ചെന്നാലും ആളുകൾ പറയും നല്ല പണിക്കാരൻ ആണെന്ന്. പക്ഷെ എനിക്കു മാത്രം അതറിയില്ല. കസ്തൂരി കയ്യിൽ വച്ചിട്ട് കസ്തൂരിമാനിനെയും തേടി നടപ്പായിരുന്നു.

ഇതിനിടയിൽ കല്യാണവും കഴിഞ്ഞു. കല്യാണം കഴിഞ്ഞപ്പോൾ ആണ് ഒന്നും ഇല്ലായ്മയുടെ തീവ്രത മനസ്സിലായത്. അങ്ങനെ ഗൾഫിലെ മണലാരണ്യത്തിന്റെ പ്രത്യേകത മനസ്സിലാക്കാൻ പറ്റി. പരിണിതഫലം ഒരു സ്ഥലം സ്വന്തമായി. നേരത്തേ സൂചിപ്പിച്ച ആ ശരിയാകാഴിക ജീവിതത്തിലുടനീളം ഉണ്ട്. അതു കൊണ്ടാണോ എന്നറിയില്ല, ഗൾഫ് ജോലി പോയി. നാട്ടിൽ വന്നു വീണ്ടും പഴയപോലെ... ഗൾഫ് ജീവിതം അറിയാവുന്നവർക്ക് അറിയാം ഓർമിക്കാൻ ഇഷ്ടമില്ലാത്ത കാര്യങ്ങൾ ആണ് പലതും'. 'അതിൽ ഒന്ന് പറയാം... അനേകം ഉരുക്ക് പാളികൾ കൊണ്ട് തീർത്ത പല അറകളുള്ള വലിയ ഒരു പേടകം ആണ് കപ്പൽ. 'പകൽ സമയത്ത് സൂര്യതാപമേറ്റ് ഈ പേടകം ചുട്ട് പഴുത്ത് കിടക്കും. കപ്പലിന്റെ വിഷപുക നിറഞ്ഞ അറകളിൽ ഓക്സിജൻ പോലും കിട്ടാറില്ല. ഗ്രാൻഡ് എക്സ്പ്ളോറർ (അമേരിക്കൻ കപ്പൽ) ആ പേര് ഞാൻ ഇന്നും ഓർക്കുന്നു. കപ്പലിന്റെ

ഏറ്റവും അടിയിൽ ഉള്ള അറയിൽ ഞാൻ ജോലി ചെയ്യവേ ഒരു മലയാള ശബ്ദം ' ഏട്ട ങ്ങക്ക് നാട്ട്ന്ന് ഫോൺ വന്നിനി?? ങ്ങക്ക് കുട്ടി ണ്ടായിനി... പെൺകുട്ടി.. അന്ന് എനിക്ക് ഫോൺ ഇല്ല. നാട്ടിൽ നിന്ന് വിവരം അറിഞ്ഞ ഒരു കാസർകോട്ട്കാരൻ മനു താഴെ ഇറങ്ങി വന്ന് പറഞ്ഞു. ആ മകൾക്ക് ഇന്ന് ഇരുപത് വയസ്.

നാട്ടിൽ ജോലി ചെയ്യുന്ന സമയത്ത് ഭാര്യയുടെയും കുഞ്ഞി ന്റെയും കൂടെ ജീവിക്കാൻ ഇഷ്ടം ഉള്ളത് കൊണ്ടാണോ എന്ന റിയില്ല ഗൾഫിലെ ജോലി പോയി (കളഞ്ഞു എന്നതാണ് സത്യം) നാട്ടിൽ വന്ന് വീണ്ടും പഴയപോലെ ഓരോ സ്ഥലവും മാറി മാറി വർക്ക് ചെയ്യുന്നു. ആ ശരിയാകാഴിക വീണ്ടും.

കൊല്ലത്ത് ഒരു കമ്പനിയിൽ ജോലി ചെയ്യുന്ന സമയത്ത് തോന്നിയ ഒരാശയം സ്വന്തമായി തൊഴിൽ തുടങ്ങണം. തോന്നിയ ഉടനെ തന്നെ തുടങ്ങി. ഗൾഫ് ടെക് എന്ന നാമവും കൊടുത്തു. നമ്മുടെ ആ ശരിയാകാഴിക അവിടെ കിടപ്പുണ്ടേ" അത് കൂടി വരുന്നതല്ലാതെ കുറയുന്നില്ല. നാട്ടിൽ ഒരു സ്ഥാപനം തുടങ്ങുമ്പോൾ ഉണ്ടാകുന്ന എല്ലാത്തരം പ്രശ്നങ്ങളും അന്ന് ഉണ്ടായിരുന്നു. വയസ് കുറവായതിനാലോ... പിന്നിട്ട വഴികൾ എങ്ങനെയോ ഒന്നും... വെച്ചില്ല എന്തിനേയും നേരിടാൻ ഉള്ള ചങ്കൂറ്റം' വെല്ലുവിളി, പ്രശ്നങ്ങളെയൊക്കെ പുല്ലുപോലെ കണ്ട് പോയ്ക്കൊണ്ടിരുന്നു. പിന്നീട് പിന്നീട് പുല്ല് എന്നത് മാറി ചെടി ആയി... മരം ആയി... ആ ശരിയാകാഴിക മരം ആയി മാറി. മരം വളർന്ന് പന്തലിച്ച്... പറിക്കാനും പറ്റൂല്ല... വെട്ടാനും പറ്റൂല്ല...

യുദ്ധം നമുക്ക് ആരോടുമാവാം പടവെട്ടി ജയിച്ച് മുന്നോട്ട് പോകും. അവസാനം എന്താകും? തളർന്ന് അവശനായിപ്പോകും. മാനിനെ വേട്ടയാടി പിടിച്ച് കൊന്ന് ഭക്ഷിക്കുന്ന കടുവ, ഇവിടെ കടുവയ്ക്ക് വിശപ്പിന് ശമനം ആണ് ലക്ഷ്യം. മാൻ എന്ത് തെറ്റ് ചെയ്തിട്ടാണ് വേറൊരാളുടെ ക്രൂരതയ്ക്ക് ഇരയായി ഭക്ഷണ മാകേണ്ടി വന്നത്? അത് മാനിന്റെ മുൻജന്മത്തിലെ അല്ലങ്കിൽ ഈ ജന്മത്തിലെ കർമ്മഫലമാകാം. കടുവയുടെ ഗതി എന്താണ് എന്ന് ചിന്തിച്ചിട്ടുണ്ടോ? പല്ലും നഖവും ഒക്കെ കൊഴിഞ്ഞ് ഇരപി ടിക്കാൻ വയ്യാതെ, വയസായി, എല്ലും തോലും ആയി ഇഞ്ചിഞ്ചാ യുള്ള മരണം...

മറ്റുള്ളവരുടെ മുമ്പിൽ എന്തൊക്കെയോ കാട്ടി കൂട്ടി എങ്ങനെയൊക്കെയോ ഒക്കെ ഇരുണ്ട് വെളുത്തു പോകുന്നു.

കട ഉണ്ടോ? ഉണ്ട്...

ജോലി ഉണ്ടോ? ഉണ്ട്...

പൈസ ഉണ്ടോ? ഇല്ല...

ഫാമിലി ഉണ്ടോ? ഉണ്ട്...

ജീവിതം ഉണ്ടോ? ഇല്ല...

മനസമാധാനം ഉണ്ടോ? അതും ഇല്ല.

കൃത്യമായി പറഞ്ഞാൽ ജീവിതത്തിൽ എന്തങ്കിലും ഉണ്ടോ? ഒന്നും ഇല്ല. ഞാൻ എങ്ങനെയൊക്കെയോ ജീവിക്കുന്നു. എന്നെ ചുറ്റിപ്പറ്റി കുറച്ച് പേർ വേറെയും ജീവിക്കുന്നു. മനസ്സിൽ വ്യക്തമായ പ്ളാനിംഗും പദ്ധതികളും ഒക്കെ മുറയ്ക്ക് നടക്കുന്നു. അത് ചെയ്യണം ഇത് ചെയ്യണം, മറ്റത് ചെയ്യണം, മറിച്ചത് ചെയ്യണം... ഫലത്തിൽ വരുമ്പോൾ നടക്കുന്നത് വേറൊന്ന്. പിന്നെ ആ വഴിയേ പോകാൻ നിർബന്ധിതനാകും. അത്രയും നാൾ ചിന്തിച്ച പ്ളാനും പദ്ധതികളും അവിടെ തടയിട്ട് 'സംഭവിച്ച് കൊണ്ടിരിക്കുന്നതിനെ ഉൾക്കൊണ്ട് മുന്നോട്ട് പോകുന്നു. എന്ത് കാര്യം ചെയ്യുമ്പോഴും മുൻപ് പലയിടത്തും ഒരു ശരിയാകാഴിക എന്ന വാക്ക് പ്രയോഗിച്ചിട്ടുണ്ട്. എന്തുകൊണ്ട് ഈ ശരിയാകാഴിക ജീവിതത്തിൽ ഉടനീളം വരുന്നു?

SMS മെഡിറ്റേഷൻ ചെയ്യാൻ തുടങ്ങിയപ്പോൾ ആണ് അ ശരിയാകാഴിക ശരിക്കും എന്താണ് എന്ന് മനസ്സിലായത്.

ഗുരുവേ ഞാൻ അങ്ങയുടെ മുന്നിൽ സ്രഷ്ട്ടാംഗം നമിക്കുന്നു...

ഞാൻ ജനിച്ച സമയത്ത് എന്നെ എന്റെ വീട്ടുകാർ ഏതെങ്കിലും ഒരു ഗുരുവിന്റെ ആശ്രമത്തിൽ കൊണ്ട് പോയി നടതള്ളിയിരുന്നെങ്കിൽ... ഇത്രയും നാൾ ജീവിച്ച ജീവിത രീതിയിൽ കുറ്റബോധം തോന്നി ചിന്തിച്ച് പോകുന്നതാണ്.

എന്റെ മക്കളേയും ഞാൻ ജീവിച്ചതിനേക്കാൾ പടുകുഴിയിലേക്കാണ് തള്ളിവിട്ടുകൊണ്ടിരിക്കുന്നത്. എന്ത് ചെയ്യാൻ പറ്റും അടയ്ക്കാ ആയിരുന്നപ്പോൾ പോലും മടിയിൽ വയ്ക്കാൻ കൂട്ടാക്കിയില്ല. ഇപ്പോൾ അടയ്ക്കാമരമായി.

ആശ്രമത്തിൽ താമസിക്കുന്ന കുട്ടികളെ കാണുമ്പോൾ

ഞാൻ ഓർത്തു പോവുകയാണ്. ആ കുട്ടികൾ എത്ര ഭാഗ്യവാന്മാരാണ്.

ശരിയാകാഴിക എന്ന വാക്ക് പല സ്ഥലത്തും ഞാൻ പ്രയോഗിച്ചിട്ടുണ്ട്. SMS മെഡിറ്റേഷൻ ചെയാൻ തുടങ്ങിയപ്പോൾ ആണ് മനസ്സിലായത് ഈ ശരിയാകാഴിക എന്നാൽ കോംപ്ളിക്കേറ്റഡ് മെമ്മറി എന്നതാണ്. കോംപ്ളിക്കേറ്റഡ് മെമ്മറി? നെറ്റിചുളിയുന്നു അത് ഉച്ചരിക്കുമ്പോൾ??

അത് എന്ത് കുന്ത്രാണ്ടം ആണ്?? കോംപ്ളാൻ എന്ന് കേട്ടിട്ടുണ്ട്. പിള്ളേര് കുടിക്കുന്ന സാധനം?? പക്ഷെ ഇത്??? കോംപ്ളിക്കേറ്റഡ് മൈൻഡ് ആ വാക്ക് കേൾക്കുമ്പോഴേ അറിയാം എന്തോ കുഴപ്പം പിടിച്ച സംഭവം ആണെന്ന്. അതെ അത് വലിയ ഒരു കുഴപ്പം പിടിച്ച സംഭവം തന്നെയാണ്. ഒരു മനുഷ്യനെ അവന്റെ ജീവിതം മുഴുവനും കാർന്ന് തിന്നുന്ന ധൂമകേതു. അത് ഒരു ഇത്തിക്കണ്ണി പോലെയാണ്. നശിപ്പിച്ച് കളയും. ഒരു തരം വൈറസ് ആണ്.

പലതരം ആറ്റങ്ങൾ ചേർത്താണ് ബോംബ് നിർമ്മിക്കുന്നത്. ആറ്റങ്ങൾ വെളിയിൽ വന്നു, ഒന്ന് രണ്ടായി, പത്തായി, നൂറായി, ആയിരമായി അങ്ങനെ ലക്ഷം കോടി ആയി ആണ് പൊട്ടിത്തെറിക്കുന്നത്. ഇതാണ് കോംപ്ളിക്കേറ്റഡ് മെമ്മറി ഇത് നമ്മുടെ ഓരോ കോശത്തിലും ഉണ്ട്.

കോംപ്ളിക്കേറ്റഡ് മെമ്മറി ഉള്ള രണ്ട് പേർ തമ്മിൽ വിവാഹം കഴിച്ചാൽ ഉണ്ടാകുന്ന പരിണതഫലം എന്താണന്ന് അറിയണമെങ്കിൽ ചുറ്റും ഒന്ന് നോക്കിയാൽ മതി. എന്തിന് ചുറ്റും നോക്കി സമയം കളയണം സ്വന്തം ഫാമിലിയിൽ നോക്കിയാലും മതി കോംപ്ളിക്കേറ്റഡ് മെമ്മറിയുടെ ഭീകരത മനസ്സിലാകും. കോംപ്ളിക്കേറ്റഡ് മെമ്മറി മനസ്സിലാക്കണമെങ്കിൽ റിവേഴ്സ് എൻജിനീയറിങ് പഠിക്കണം. അപ്പോൾ ഇനി എൻജീനിയറിങ് കൂടി പഠിക്കണോ? ഒരിക്കൽ പടിച്ചതും ചെയ്തതും ആയ എൻജിനിയറിങ്ങിന്റെ ഇപ്പോൾ അനുഭവിക്കുകയാണ്.

ഇത് ആ എൻജിനിയറിങ് അല്ല എങ്കിലും ഇത് നമ്മുടെ ജീവിതത്തിൽ ആവശ്യമായ എൻജിനീയറിങ് ആണ്. ഇത് എവിടെ പഠിക്കും? ഈ എൻജിനിയറിങ് പഠിപ്പിക്കുന്ന ഒരു കോളേജും ഈ ദുനിയാവിൽ ഇല്ല. ഇത് പഠിക്കാൻ കേവലം 500 രൂപയേ

മുടക്കുള്ളൂ. ഒരേയൊരു സ്ഥലം മാത്രമേ ഉള്ളൂ അത് തസ്മൈ ഗുരുജിയുടെ സൂം ക്ലാസിൽ കയറി അടങ്ങി ഇരുന്നാൽ മാത്രം മതി.

കോംപ്ളിക്കേറ്റഡ് മെമ്മറി ഗുരുജി വെറും സിംപിൾ ആയി മാറ്റി തരും. മണിചിത്രത്താഴിൽ പപ്പുവിന്റെ തലയിൽ നിന്ന് മോഹൻലാൽ ഒരു കൊട്ടു കൊടുക്കുമ്പോൾ ഉണ്ടാകുന്നത്. എന്തോ ഒന്ന് പറന്ന് പോയി എന്ന് പപ്പു പറയുന്നില്ലേ? അതേ പോലെ. അത് സിനിമ സിനിമയിൽ അങ്ങനെ പലതും കാണിക്കും. പക്ഷെ ജീവിതത്തിൽ ഇങ്ങനെ കൊട്ടാൻ അറിയാവുന്ന ' കൊട്ടിയാൽ പറന്ന് പോകുന്ന ഡോക്ടർമാർ ആരെങ്കിലും ഉണ്ടോ?

ഇവിടെ ഗുരുജി കൊട്ടലും, തോണ്ടലും ഒന്നും ഇല്ല. സ്പർശനം എന്നത് ഒന്ന് ഇവിടെ ഇല്ല. ഗുരുജിയുടെ അടുത്ത് വേണ്ടത് അനുസരണയാണ് 'മര്യാദയ്ക്ക് അടങ്ങി ഒരിടത്ത് ഇരിക്കണം.

ഗുരു എന്താണോ പറയുന്നത് അതേപടി അനുസരിച്ച് അതേപടി ജീവിക്കണം.

ഡോക്ടർമാരുടെ കാര്യം പറഞ്ഞപ്പോൾ ആണ് ഒരു കാര്യം ഓർത്തത്...

മനുഷ്യന്റെ ജീവിതം കോഞ്ഞാട്ടയായി നിൽക്കുന്ന സമയത്താണല്ലോ നമുക്ക് തലതിരിഞ്ഞ ചിന്തയൊക്കെ വരുന്നത്. സ്വതവേ അത്മവിശ്വാസം ഇല്ലാത്തവർ മറ്റുള്ളവരുടെ വാക്ക് കേട്ട് ആദ്യം പോകുന്നത് ജോത്സ്യൻമാരുടെ അടുത്തേക്കാണ് ജോത്സ്യൻമാരുടെ വക ഒരു തരം ട്രീറ്റ്മെന്റ് ഉണ്ട്. അത് പാളി പോയി കഴിയുമ്പോൾ പിന്നെ വേറെ മാർഗമില്ല നേരെ പോകുന്നത് സൈക്കോളജിസ്റ്റ് അല്ലങ്കിൽ സൈക്കാട്രിസ്റ്റിന്റെ അടുത്തേക്കാണ്.

ജോത്സ്യൻമാരുടെ രീതിയും, സൈക്കോളജിസ്റ്റ് മാരുടെ രീതിയും രണ്ടും ഒരേപോലെ ആയിരിക്കും. രണ്ടു കൂട്ടരും നിമിത്തങ്ങളെ ആണ് ശ്രദ്ധിക്കുന്നത്. ആത്മവിശ്വാസ കുറവ് ആകാം ,കഷ്ട്ടപാടും ബുദ്ധിമുട്ടും കൊണ്ടാവാം, ചെയ്യുന്നത് ഒന്നും ശരിയാവാതെ തിരിച്ചടികൾ നേരിടുന്നത് കൊണ്ടാവാം, ജീവിതം കോഞ്ഞാട്ടയായി ചെല്ലുന്നവർ അവർക്ക് അവരുടെ നടത്ത

ത്തിലോ? ഇരിപ്പിലോ? ചെയ്യുന്ന പ്രവർത്തിയിലോ? കണ്ണുകളുടെ ചലനത്തിലോ? ആ സമയത്ത് മനസ്സ് പ്രക്ഷുബ്ദമായിരിക്കുന്ന സമയത്ത് ചിലപ്പോൾ അറിഞ്ഞ് ആവാം അറിയാതെ ആവാം വായിൽ നിന്ന് വീഴുന്ന വാക്കുകൾ ഒക്കെ ഇവർ ശ്രദ്ധിക്കും. എന്നിട്ട് അരച്ച് കലക്കി കുടിച്ച പുസ്തക പ്രകാരം അപ്പോൾ തന്നെ മിനിറ്റുകൾക്കുള്ളിൽ അവർ വിധി എഴുതും. യാതൊരു സങ്കോചവും കൂടാതെ അവർ പറയും വട്ടാണന്ന്.

യാതൊരു ഉളുപ്പും ഇല്ലാതെ ആയിരങ്ങൾ വാങ്ങി പോക്കറ്റിലിടും. അവരുടെ ഉള്ളിൽ എത്രത്തോളം കോംപ്ളിക്കേറ്റഡ് മെമ്മറി നിറഞ്ഞിരിപ്പുണ്ട് എന്ന് അവർക്ക് പോലും അറിയില്ല. കാരണം അവരുടെ വ്യക്തി ജീവിതത്തിൽ അവർ എന്ത് തന്നെ ആയാലും അവരുടെ മുന്നിലിരിക്കുന്ന ബോർഡിൽ ആണ് കാര്യം.

നിർഭാഗ്യവശാൽ ഞാൻ തന്നെ ആണ് മുൻകൈ എടുത്തത്. എന്റെ മകളും പഠിക്കുന്നത് സൈക്കോളജി ആണ്. എന്താകുമോ... എന്തോ? എന്തായാലും നല്ലതിന് തന്നെ ആയിരിക്കാം. അല്ല... നല്ലതിന് തന്നെ ആണ്. അവൾ പഠിച്ച് ബിരുദമെടുത്ത് ബിരുദധാരി ആയി ഡോക്ടർ ആയി അവളുടെ മുന്നിൽ പ്രശ്നങ്ങളുമായി ചെല്ലുന്നവരെ, അവൾ പഠിച്ച പുസ്തകത്തിലൂടെയാണ് മുന്നിലിരിക്കുന്ന ആളിനെ കാണുന്നതെങ്കിൽ... മുകളിൽ പറഞ്ഞവരുടെ ലിസ്റ്റിൽ അവളുടെ പേരും വരും. മറിച്ച് മുന്നിലിരിക്കുന്ന വ്യക്തി സ്വന്തം അച്ഛൻ തന്നെ ആണ് എന്ന് വിചാരിച്ച് ജീവിതത്തിന്റെ കയ്പ് നീർ കുടിക്കുമ്പോൾ ഉണ്ടാകുന്ന ഭാവ വ്യത്യാസങ്ങളെ വളരെ അധികം ശ്രദ്ധയോടെ കൈകാര്യം ചെയ്ത് 'മുന്നിലിരിക്കുന്ന മനുഷ്യന്റ ഉള്ളിൽ എന്ത് അഗ്നിപർവതം ആണ് പുകയുന്നത്, അല്ലങ്കിൽ എരിയുന്നത്? മനുഷ്യന്റ മനസ്സിൽ നടക്കുന്ന കാര്യങ്ങളെക്കുറിച്ച് വ്യക്തമായി കാര്യങ്ങളെ കൈകാര്യം ചെയ്ത്, നോവുന്ന മനസ്സുകൾക്ക് ആർദ്രത നൽകി, വിഷാദം ഉള്ളവർക്ക് സന്തോഷം നൽകി, എരിയുന്ന മനസ്സുകൾക്ക് കുളിർമ നൽകി, തളരുന്ന മനസ്സുകൾക്ക് താങ്ങ് നൽകി, അങ്ങനെ അങ്ങനെ മനുഷ്യമനസ്സിന്റെ വ്യതിയാനങ്ങളെ ആഴത്തിൽ പഠിച്ച് മനസ്സിലാക്കി നല്ലൊരു സൈക്കോളജിസ്റ്റ് ആവാൻ ഈ അച്ഛൻ പ്രാർത്ഥിക്കു

ന്നു. ഇന്ന് ഇതെല്ലാം നൽകാൻ കഴിയുന്ന ഒരേയൊരു സൈക്കോളജിസ്റ്റ് മാത്രമേ ഈ പ്രപഞ്ചത്തിൽ ഉള്ളൂ... അത് സാക്ഷാൽ ശ്രീ തസ്മൈ ഗുരുജി ആണ്.

ഗുരുജി... ഇത് വായിക്കുമ്പോൾ എന്റെ മകളേ അനുഗ്രഹിക്കേണമേ...

ആശീർവദിക്കേണമേ...

വിവാഹം

എന്താണ് വിവാഹം? വിവാഹം കഴിഞ്ഞ് എങ്ങനെ ജീവിക്കണം? വിവാഹജീവിതം എന്താണ്? ഇതൊന്നും അറിയാത്ത, മുൻപരിചയം ഇല്ലാത്ത, രണ്ട് പേർ തൽപരകക്ഷികളായ ഈ രണ്ട് പേർ അവർക്ക് നേരിട്ട് അറിയാവുന്ന വിവാഹിതരായ ആളുകൾ അവരവരുടേതായ അനുഭവങ്ങൾ പറഞ്ഞ് കൊടുത്തത് മനസ്സിൽ വച്ച് കൊണ്ട് തൽപരകക്ഷികൾ തമ്മിൽ ഒരു പ്രത്യേകസമയം നോക്കി ഒരു പ്രത്യേക രൂപത്തിൽ ഉള്ള ഒരു വസ്തു ചരടിൽ കോർത്ത് ഒരാൾ മറ്റെരാളിൽ കഴുത്തിൽ കെട്ടുന്നു. പകരം മറ്റയാൾ ഒരു പൂമാല അങ്ങോട്ട് അണിയുന്നു. തിരിച്ച് ഇങ്ങോട്ട്... കൊട്ട്... കൊരവ... അങ്ങനെ പല രസകരമായ നൂലാമാലകൾ. ഇതെല്ലാം നടക്കുന്നത് തൽപ്പര കക്ഷികളുടെ ബന്ധുക്കളുടെയും, സ്വന്തക്കാരുടേയും, കൂട്ടുകാരുടേയും, നാട്ടുകാരുടെയും സാന്നിധ്യത്തിൽ വച്ചാണ് എന്ന് പ്രത്യേകം ഓർക്കണം. അതല്ല എങ്കിൽ, തൽപര കക്ഷികൾ വഴിയിൽ കൂടി പോകുമ്പോൾ സദാചാര പോലീസ് ചമഞ്ഞ് പിടിച്ച് നിർത്തും.

തൽപ്പരകക്ഷികളുടെ വീടുവീടാന്തരം കയറിയിറങ്ങി നടന്ന് ഡാറ്റ ശേഖരണം മൊബൈൽ ഫോണിന്റെ സംവിധാനം പോലും ഇല്ലാത്ത കാലം ചെരുപ്പ് തേഞ്ഞ ഒരാളുണ്ട്... ബ്രോക്കർ എന്ന വിളിപേരുള്ള ഈ സൽക്കർമ്മത്തിന് ചുക്കാൻ പിടിക്കുന്ന കൈ നനയാതെ മീൻ പിടിക്കുന്ന വിദ്വാൻ.

സിനിമ കാണുമ്പോളാണ് വിവാഹത്തിന് ഭയങ്കര പ്രത്യേകത തോന്നുന്നത്. പ്രത്യേകിച്ച് പാട്ടുകൾ... മംഗളം, മനോരമ (വീക്കിലി) ആണ് വിവാഹത്തിന്റെ മറ്റൊരു പ്രചോദനം. വായിച്ചിട്ടുള്ളവർക്ക് അറിയാം. വിവാഹം സ്വർഗത്തിൽ വച്ചാണ് നടക്കു

ന്നത് എന്ന് പറയപ്പെടുന്നു. പരിപാവനമായ ഒന്നാണ് എന്നും കേട്ടിട്ടുണ്ട്.

മേൽ പറഞ്ഞത് എഴുത്തുകാരന്റെ അനുഭവം ആണ്. യഥാർത്ഥത്തിൽ എന്താണ് വിവാഹം,? എന്താണ് ഭാര്യ? എന്താണ് ഭർത്താവ്? എന്താണ് ദാമ്പത്യം? വിവാഹം കഴിഞ്ഞ് എങ്ങനെ ജീവിക്കണം? ഇതൊക്കെ അറിയണം എന്നുണ്ടങ്കിൽ SMS മെഡിറ്റേഷൻ ചെയ്തേ പറ്റൂ. വിവാഹ ജീവിതത്തിന് ഇത്രയും മൂല്യം ഉണ്ടായിരുന്നു എന്ന് മനസ്സിലാക്കിയത് തസ്മൈ ഗുരുജിയുടെ ശിഷ്യത്വം സ്വീകരിച്ചു കഴിഞ്ഞാണ്. മാതാപിതാ ഗുരു ദൈവം എന്നത് ഒന്നാം ക്ളാസിൽ പഠിച്ചതാണ്. മാതാവിനേയും പിതാവിനേയും ഇന്നത്തെ കാലത്ത് ആരാണ് വകവയ്ക്കുന്നത്. പഠിപ്പിക്കുന്ന സാറൻമാരാണ് ഗുരു എന്നാണ് എല്ലാവരുടേയും വിചാരം. പിന്നെ ദൈവം അതും അവരവരുടെ യുക്തി പോലെയാണ്. ശരിക്കും വിദ്യാഭ്യാസ സമ്പ്രദായം പൊളിച്ചടുക്കേണ്ട സമയം കഴിഞ്ഞു. ഈ വിദ്യാഭ്യാസം കൊണ്ട് ആർക്ക്, എന്താണ് നേട്ടം. പണ്ടെങ്ങോ നടന്നിട്ടുള്ളതും, ആവർത്തനവിരസത തോന്നുന്നതും, ആരൊക്കെയോ പകർത്തിവച്ചതും ആയ കാര്യങ്ങൾ കുട്ടികൾക്ക് പകർന്നു കൊടുക്കുന്നു. ബിരുദധാരികളും, അഭ്യസ്ഥവിദ്യരും ആയതിന് ശേഷം സമൂഹത്തിലേക്ക് ഇറങ്ങുന്നു. എന്ത് ചെയ്യണമെന്നും അറിയില്ല. ജീവിക്കാനും അറിയില്ല. പഠിച്ച കാര്യങ്ങൾ ഒന്നും തന്നെ ജീവിതത്തിൽ പ്രയോജനം ആകുന്നതുമില്ല. പ്രയോജനപെടുത്താൻ ഒട്ട് അറിയത്തുമില്ല. ജീവിതത്തിൽ വേണ്ടുന്ന കാര്യങ്ങൾ ജീവിച്ച് പഠിക്കേണ്ടി വരുന്നു. വിഷയം വിവാഹം ആയിരുന്നു വിവാഹത്തിലേക്ക് വരാം...

ജീവിതത്തിൽ ഒരു ദിവസം മുന്നേ നന്നാവാൻ തയാറായാൽ അത്രയും നല്ലത്. കാരണം വൈകിക്കുന്ന ഓരോ ദിവസവും അടിഞ്ഞുകൂടുന്ന കോംപ്ളിക്കേറ്റഡ് മെമ്മറിയുടെ വ്യാപ്തി വളരെ വലുതാണ്. വിവാഹം കഴിഞ്ഞ് ഒരു പാട് വർഷങ്ങൾ കഴിഞ്ഞ ദമ്പതിമാരുടെ ജീവിതം അഴുക്ക് പുരണ്ട് കരിമ്പനടിച്ച കരിമ്പടം പോലെ ആണ്. എത്ര ചൂട് വെള്ളത്തിൽ ഇട്ടാലും, എത്ര കാരം മുക്കിയാലും, അലക്ക് കല്ലിലിട്ട് എത്ര അടിച്ച് അടിച്ച് അലക്കിയാലും ചളിയും പോകില്ല കരിമ്പനും പോവില്ല. SMS മെഡിറ്റേഷൻ

ചെയ്താൽ എത്ര ഇളകാത്ത കറയും ഇളകി പോകും.

പുതിയതായി കല്യാണം കഴിക്കുന്നവർക്ക് നൽകാൻ ഒരേയൊരു ഉപദേശം മാത്രമേ ഉള്ളൂ നിങ്ങൾ ഏത് മതമോ? ഏത് ജാതിയോ? ആയിക്കൊള്ളട്ടേ, നിങ്ങൾ 10 ദിവസം ക്ളാസ് കേൾക്കുക SMS മെഡിറ്റേഷൻ ചെയ്യുക, സന്തോഷത്തോടെ സ്വർഗതുല്യമായ ദാമ്പത്യ ജീവിതം ജീവിച്ച് പോവുക. എന്ത് കൊണ്ട് ഞാൻ ഇത് പറയുന്നത് എന്നാൽ ദമ്പതികളുടെ ഉള്ളിലെ കോംപ്ളിക്കേറ്റഡ് മെമ്മറി ദാമ്പത്യ ജീവിതത്തെ പ്രതികൂലമായി ബാധിക്കുന്നു. ഒന്ന് പറഞ്ഞ് രണ്ടാമത്തെതിൽ അടിയും, വഴക്കും, തല്ലിപ്പെട്ടിക്കൽ, ഇറങ്ങി പോക്ക് അങ്ങനെ നീളുന്നു കോംപ്ളിക്കേറ്റഡ് മെമ്മറിയുടെ പ്രഭാവം.

ജാതകത്തിലും ചേർച്ച കാണും, സ്വഭാവത്തിലും ചേർച്ച കാണും എന്നാലും പ്രശ്നം. പക്വത ഉണ്ടെങ്കിലും ഇല്ലെങ്കിലും പ്രശ്നം. സൗന്ദര്യം ഉണ്ടെങ്കിലും ഇല്ലെങ്കിലും പ്രശ്നം. സമചിത്തത ഉള്ളവർ ആണന്ന് തന്നെ വയ്ക്കുക അവിടേയും ആശയക്കുഴപ്പങ്ങൾ പ്രശ്നമായി വരും. എന്ത് കൊണ്ട് ഈ പ്രശ്നങ്ങൾ ഉണ്ടാകുന്നു എന്ന് നോക്കാം. ഇവിടെ ഒരാൾ പറയുന്നത് വേറെ ഒരാൾ മനസ്സിലാക്കുന്നില്ല. ഒരാൾ പറയുന്നതിനെ മറ്റയാൾ വേണ്ട രീതിയിൽ ഗ്രഹിക്കുന്നില്ല. ഒരാൾ പറയുന്നത് ശരിയായിരിക്കാം, പക്ഷെ... വാക്കുകൾ അലകളായി മറ്റയാളുടെ മസ്തിഷ്കത്തിൽ വിപരിത തലത്തിലാണ് ചെന്നു പതിക്കുന്നത്. എന്തുകൊണ്ടാണ് ഇങ്ങനെ സംഭവിക്കുന്നത്? അതും നോക്കാം. കാര്യങ്ങളെ ബ്രയിൻ കൊണ്ട് മനസ്സിലാക്കുന്നവർ ഉണ്ട്. അവരെ ഒറ്റ ബുദ്ധിക്കാർ എന്ന് വിളിക്കാം. ഒറ്റ ബുദ്ധിയുള്ളവർ അവർ ഒരു കുഴലിലൂടെ നോക്കുന്ന രീതിയിലേ കാര്യങ്ങളെ കാണുകയുള്ളൂ.

കാര്യങ്ങളെ മനസ്സ് കൊണ്ട് മനസ്സിലാക്കുന്നവർ ഉണ്ട് അവർ കാര്യങ്ങളെ കുറിച്ച് വിശാലതയോടെയും, നേർക്കാഴ്ച്ചയോടെയും കാണുന്നവരാണ്. ഇവരെ വിശാലമനസ്കർ എന്ന് വിളിക്കാം. ഇവർ തമ്മിൽ പറയുന്ന കാര്യങ്ങൾ ഒന്ന് തന്നെ ആയിരിക്കാം. പക്ഷെ രണ്ട് പേരും രണ്ട് രീതിയിൽ ഗ്രഹിക്കുന്നു എന്നതാണ് ഇവിടെ നടക്കുന്ന പ്രശ്നം. ഇനി വേറെ ഒരു കൂട്ടർ ഉണ്ട് ഇവർക്ക് ബ്രയിനും ഉണ്ടാവും ഹൃദയവും ഉണ്ടാവും. ഏത് സമയത്ത് എന്ത് ഉപയോഗിക്കണം എന്ന് ഇവർക്ക് അറിയില്ല.

സമയവും സന്ദർഭവും അനുസരിച്ച് ഇവ തമ്മിൽ മാറി പോകും ഇതും വലിയ പ്രശ്നത്തിൽ ചെന്ന് കലാശിക്കുന്നു. ചിലർക്ക് ബ്രയിൻ എന്നത് ഉണ്ടാവില്ല. ചിലർക്ക് ഹൃദയവും ഉണ്ടാവില്ല. അവയവം പ്രവത്തനക്ഷമത ഉള്ളതായിരിക്കും. പക്ഷെ അത് ഒരിക്കലും ഉപയോഗിക്കത്തേയില്ല. ഇങ്ങനെ ഉള്ള രണ്ട് പേർ തമ്മിൽ പോകുന്നത് ആണ് ഏറ്റവും ദുസഹം.

സന്തോഷം, ദുഃഖം

എന്താണ് സന്തോഷം? എന്താണ് ദുഃഖം?

ദുഃഖം ആർക്കും വേണ്ട ദുഃഖം ആരും ആഗ്രഹിക്കുന്നില്ല. എല്ലാവർക്കും സന്തോഷം മാത്രം മതി. ഈ പറയുന്ന എനിക്കും. സന്തോഷത്തിന് വേണ്ടി എന്തൊക്കെയാണ് മനുഷ്യർ കാട്ടി കൂട്ടുന്നത് മദ്യപിക്കുന്നത്,ഡാൻസ് കളിക്കുന്നത്, പാട്ട് പാടുന്നത്, പാട്ട് കേൾക്കുന്നത്, സിനിമ കാണുന്നത് ടൂർ പോകുന്നത് അങ്ങനെ അങ്ങനെ സന്തോഷം കൈവരിക്കാൻ ഉള്ള ഒട്ടനവധി ഉപാധികൾ നിരനിരയായി നമ്മുടെ മുന്നിൽ ഉണ്ട് നാം ഇവയെല്ലാം ഉപയോഗിക്കുന്നുമുണ്ട്. അതിലൂടെ സന്തോഷം കിട്ടി എന്ന് നമ്മൾ അനുഭവിച്ചു അറിയുന്നുമുണ്ട്. എന്നാലും എന്തോ ഒരു കുറവ് പോലെ എന്ന ഒരു ഫീൽ തോന്നും. കാരണം 'നാമമാത്രമായ ഒന്നാണ് സന്തോഷം അത് നിലനിൽക്കുന്നില്ല. ഒരു കൊച്ച് കുട്ടി ഒരു കളിപ്പാട്ടത്തിന് വേണ്ടി വാശി പിടിച്ച് കരയുന്ന കുട്ടി, ആ വസ്തു കയിൽ കിട്ടി കഴിയുമ്പോൾ അവിടെ ആ സന്തോഷം തീരുന്നു. പിന്നീട് ആ സന്തോഷത്തിന് പ്രസക്തിയില്ല. എന്നത് പോലെ തന്നെ ആണ് ജീവിതത്തിലെ ഓരോ കാര്യവും. ഉദാ:നാം ടൂർ പോകുന്നത് എന്തിനാണ്. സ്ഥലങ്ങൾ കാണുക എന്നത് ആണ് ലക്ഷ്യം എങ്കിലും പോയിട്ട് തിരികെ വന്ന് അതിനെയെല്ലാം വർണ്ണിച്ച് മറ്റുള്ളവരോട് പറയുമ്പോൾ ആ സമയത്ത് ഒരു സന്തോഷം'. അല്ലങ്കിൽ ടൂർ പോയത് വീഡിയോ/ഫോട്ടോ എടുത്ത് ആൽബം / സ്റ്റാറ്റസ് മറ്റുള്ളവരെ കാണിച്ച് മറ്റുള്ളവർ കണ്ടു എന്ന് ബോധ്യം വരുമ്പോൾ ആ സമയത്ത് ഉണ്ടാകുന്ന ഒരു വികാരം. നാം എന്തിനാണ് ഒരുങ്ങിക്കെട്ടി നടക്കുന്നത്? പേഴ്സണാലിറ്റിക്ക് വേണ്ടി എന്ന് വാദിക്കാം, ചിലർ അത് ശീലം

ആണ് എന്ന് പറയും, ചിലർ ഗെറ്റപ്പ് എന്നും പറയും. പക്ഷെ ഇതെല്ലാം കാഴ്ച്ചയ്ക്ക് വേണ്ടി അല്ലേ? അതെ എന്നാണ് ഞാൻ മനസ്സിലാക്കിയത്.

അതുപോലെ ലഹരിവസ്തുക്കൾ ഉപയോഗിക്കുമ്പോൾ അതിന്റെ ലഹരിയുടെ അംശം സിരകളിൽ നിന്ന് വിട്ടകലുമ്പോൾ അത്രയും നേരം അനുഭവിച്ച എന്തോ ഒന്ന് അവിടേയും തീരുന്നു. നമുക്ക് എല്ലാം വേണം എന്നുള്ള വാശിയാണ്. പക്ഷെ മൂല്യം അറിയില്ല. ഇത് ഒരു വസ്തുത ആണ് ഈ വസ്തുത തിരിച്ചറിഞ്ഞ് കഴിഞ്ഞാൽ പിന്നെ സന്തോഷവും ഇല്ല ദുഃഖവും ഇല്ല.

ഹൃദയത്തിൽ നിന്നേ കവിത വരുകയുള്ളൂ. ഹൃദയത്തിൽ നിന്ന് മാത്രമേ കഥയും വരൂ. ഹൃദയസ്പർശിയായ കഥ എന്നത് കേട്ടിട്ടില്ലേ? ഇത് രണ്ടും ബ്രയിനിൽ നിന്ന് വരില്ല. ഹൃദയത്തിന്റെ ഭാഷ ആർക്കും മനസ്സിലാകും. ബ്രയിനിന്റെ ഭാഷയിൽ ഈഗോ കയറി വരും. സമൂഹത്തിൽ ഇറങ്ങുമ്പോൾ അവശ്യം വരുന്ന ഘട്ടങ്ങളിൽ ബ്രയിനിന്റെ ഭാഷയും, ഹൃദയത്തിന്റ ഭാഷയും സന്ദർഭം അനുസരിച്ച് ഉപയോഗിക്കാൻ പഠിക്കണം. വീടിന്റെ ഉള്ളിൽ ഹൃദയം മാത്രം ഉപയോഗിക്കുക. മാതാപിതാക്കളുടെ മുന്നിൽ ഒരിക്കലും സ്വന്തം ബ്രയിനിന്റെ ഭാഷ ഉപയോഗിക്കാനേ പാടില്ല.

നമ്മുടെ ജീവിതത്തിലുടനീളം നമ്മൾ കണ്ടുമുട്ടുന്ന വ്യക്തികൾ, സ്ഥലങ്ങൾ എല്ലാം ചേർത്തുവച്ച് നോക്കുമ്പോൾ, എല്ലാം തമ്മിൽ ഒരു ബന്ധം ഉണ്ടാവും. നമ്മുടെ ജീവിതത്തിൽ സംഭവിച്ചതും, സംഭവിച്ചുകൊണ്ടിരിക്കുന്നതുമായ കാര്യങ്ങൾ എന്ത് കൊണ്ട് സംഭവിക്കുന്നു എന്നത് ഒരു ചോദ്യമാണ്. പക്ഷെ ഉത്തരം അറിയില്ല. ഉത്തരം ആണ് ഗുരു. നമുക്ക് ഒരു ഗുരു ഉണ്ട് എങ്കിൽ ചോദ്യങ്ങൾ ഇല്ല. നമ്മുടെ ഉള്ളിൽ ഗുരുവിനെ പ്രതിഷ്ഠിച്ചാൽ നമ്മുടെ ഉള്ളിലെ ചോദ്യങ്ങൾക്ക് നമ്മുടെ ഉള്ളിലിരുന്ന് ഗുരു തന്നെ ഉത്തരം നൽകുന്നു.

മെഡിറ്റേഷൻ ചെയ്യുന്നതുകൊണ്ട് ഉണ്ടാകുന്ന അറിവുകളും, തിരിച്ചറിവുകളും

ആദ്യം ലഭിക്കുന്നതാണ് ജ്ഞാനം, പിന്നീട് ആത്മജ്ഞാനം. ഈ രണ്ടു വാക്കുകൾ ഉപയോഗിക്കാൻ ഉള്ള പ്രാപ്തിയോ,

യോഗ്യതയോ എനിക്കില്ല.

ഒരു കുട്ടി ജനിച്ച് വളർന്ന് വലുതായി വരുന്നതിനനുസരിച്ച് ആ കുട്ടിയുടെ മാതാപിതാക്കൾ, സ്വന്തം, ബന്ധം, സമൂഹം ഇങ്ങനെ എല്ലാം ആ കുട്ടിയിലേക്ക് പകർന്ന് കൊടുക്കുന്നവയെല്ലാമാണ് ആ കുട്ടിയുടെ ജീവിതം നിശ്ചയിക്കുന്നത് എന്നുള്ളത് ഒരു അറിവാണ്. എന്നാൽ പ്രപഞ്ചത്തിൽ ആ കുട്ടിക്ക് എന്തെങ്കിലും സ്ഥാനമോ, സവിശേഷതയോ ഉണ്ടെങ്കിൽ പ്രപഞ്ചം തന്നെ ആ കുട്ടിക്ക് വഴികാട്ടിയാകുന്നതായിരിക്കും. ഇത് ഒരു തിരിച്ചറിവാണ്. മനസ്സിൽ അലട്ടിക്കൊണ്ടിരുന്ന എല്ലാ ചോദ്യങ്ങൾക്കും ഉത്തരം കിട്ടുന്നു. ഗുരുവിലൂടെ പ്രപഞ്ചം മനസ്സിലാക്കി തരുന്നു. നമ്മുടെ പ്രശ്നങ്ങൾക്ക് പരിഹാരം കാണാനുള്ള മാർഗം മനസ്സിലാക്കിത്തരും.

നമ്മൾ ഇത്രയും കാലം ജീവിച്ചത്, നമ്മുടെ ജൻമ രഹസ്യം, നമ്മൾ അനുഭവിച്ചത് ഒക്കെ എന്തിനായിരുന്നു?

പിന്നിട്ട വഴികളിൽ സംഭവിച്ചത് അത്രയും സംഭവിക്കേണ്ടത് തന്നെ ആയിരുന്നു. ഓരോന്നും ഓരോ നിമിത്തങ്ങൾ ആയിരുന്നു. കണ്ടുമുട്ടിയ വ്യക്തികൾ, സംഭവങ്ങൾ, സാഹചര്യം, ഒരോന്നും ഓരോന്നും ആയി ബന്ധിപ്പിച്ചതായിരിക്കും. നമ്മൾ ആത്മപരിശോധന നടത്തുന്നു. നമ്മൾ പിന്നിട്ട വഴികൾ, ആ വഴികളിലൂടെ സഞ്ചരിച്ചത് എന്തിനായിരുന്നു? എന്ന് ഒക്കെ. ഒരു പക്ഷെ ഇപ്പോൾ ഈ കിട്ടിയ അറിവുകൾ വർഷങ്ങൾക്ക് മുന്നേ നമ്മെ പ്രപഞ്ചത്തിന് മനസ്സിലാക്കിത്തരാൻ കഴിയുമായിരുന്നിരിക്കാം. എന്ത് കൊണ്ട് ഇല്ല.? അന്ന് നമുക്ക് അത് മനസ്സിലാവാനുള്ള ഗുണവുമില്ല, യോഗ്യതയും ഉണ്ടായിരുന്നില്ല. ഈ ഗുണവും, യോഗ്യതയും എങ്ങനെയാണ് കൈവരിക്കേണ്ടത്.? നന്മ തിൻമകളിലൂടെ ഓരോന്നോരോന്നായി അനുഭവിപ്പിച്ച്, അനുഭവിച്ച്, വേണ്ടുന്ന സമയത്ത് ഉയർത്തിയും, താഴ്ത്തിയും (ഇടയ്ക്ക് ഓരോ കൊട്ട് കിട്ടുന്നത് അതാണ്) അതിന്റെ വ്യാപ്തി മനസ്സിലാക്കി തരുമ്പോൾ മാത്രമേ നമ്മുടെ ഉള്ളിൽ പരിവർത്തനം എന്നത് നടക്കുകയുള്ളൂ.

നമ്മുടെയുള്ളിൽ എന്തൊക്കെയാണ് ഉള്ളത് എന്ന് നമുക്കറിയില്ല. ഉള്ളിൽ വേണ്ടുന്നതും വേണ്ടാത്തതുമായ ഒരുപാട് അറിവുകൾ ഉണ്ട്. പക്ഷെ ഈ അറിവുകൾ വേണ്ട രീതിയിൽ

ഉപയോഗിക്കുവാനും, മനസ്സിലാക്കാനും, ഉൾക്കൊള്ളുവാനും നമുക്ക് അറിയില്ല. അതിന് ഫിൽട്ടർ ചെയ്യണം നല്ല ചായയിൽ മട്ട് കിടന്നാൽ എന്താണോ ചെയ്യുന്നത് അത്. ഈ ഫിൽട്ടർ രീതിയാണ് SMS മെഡിറ്റേഷനിലൂടെ നടക്കുന്നത്. നമ്മുടെ ഉള്ളിലും, നമുക്ക് ചുറ്റും കാണുന്നതെല്ലാം അറിവുകൾ ആണ്. ഈ അറിവുകളിൽ ശരിയായത് ഏതെന്ന് മനസ്സിലാക്കണമെങ്കിൽ ഒരു ഗുരു കൂടിയേ തീരൂ. ഗുരുവിന്റെ ശിക്ഷണം അനിവാര്യമാണ്. ആരൊക്കെയോ എഴുതി വച്ച കാര്യങ്ങൾ പുസ്തക രൂപത്തിലും, പത്രമാധ്യമങ്ങൾ വഴിയും നമ്മൾ വായിച്ച് മന:പാഠം ആക്കി, അതാണ് ഏറ്റവും വലിയ അറിവ് എന്ന് നമ്മൾ വിചാരിച്ച് അഹങ്കരിച്ച് നടക്കുന്നു.

കഥാകൃത്തുകൾ ആയ വ്യക്തികൾ അവരവരുടെ ഭാവനയിൽ ഉരുത്തിരിയുന്ന കാര്യങ്ങൾ അവരുടെ ജീവിതാനുഭവങ്ങളും, കോംപ്ളിക്കേറ്റഡ് മെമ്മറികളും അവരവരുടെ തനതായ വാസനകൾ ഉൾപ്പെടെ പുസ്തക രൂപത്തിലാക്കി പ്രസിദ്ധീകരിക്കുന്നു. ഈ പുസ്തകങ്ങൾ വായനക്കാർ വായിക്കുമ്പോൾ, വായനക്കാരന്റെ മനസ്സിനെ ആകർഷിക്കുന്ന തരത്തിലുള്ള വരികളാണ് പുസ്തകത്തിൽ ഉടനീളം അടങ്ങിയിരിക്കുന്നതെങ്കിൽ, വായനക്കാരൻ പുസ്തകം എഴുതിയ ആളിന്റെ വ്യക്തിത്വത്തെ (ആശയങ്ങളെ) പിൻതുടരുകയും ആരാധനാപാത്രമാക്കുകയും ചെയ്യുന്നു. അവിടെ കഥാകൃത്തിന്റേയും വായനക്കാരന്റയും വാസനകളും, കോംപളിക്കേറ്റഡ് മെമ്മറിയും തമ്മിൽ ഒരു ലയനം നടക്കുന്നു എന്നതാണ് വാസ്തവം.

പ്രപഞ്ചം എന്നത് കേവലം ഒരു വ്യക്തിയല്ല. പ്രപഞ്ചം എന്നതിനെ ആർക്കും നിർവചിക്കാനും കഴിയില്ല. അടുക്കും, ചിട്ടയും, നിഷ്ഠയോടും കൂടി ഗുരുപരമ്പരയിൽ അധിഷ്ഠിതമായ കാര്യങ്ങളിൽ മുഴുകി ജീവിക്കുന്ന ഗുരുക്കൻമാർക്ക് മാത്രമേ പ്രപഞ്ചത്തെ നിർവചിക്കാൻ സാധിക്കുകയുള്ളൂ.

സന്തോഷം

എന്താണ് സന്തോഷം? ഞാൻ മനസ്സിലാക്കിയ സന്തോഷം, അല്ലങ്കിൽ എന്നെ മനസ്സിലാക്കി തന്ന സന്തോഷം...

സന്തോഷം എന്നത് ഒരു തലം ആണ്. ആ തലം എപ്പോഴൊക്കെ നമ്മളിൽ ഉണ്ടോ അപ്പോഴൊക്കെ നമുക്ക് സന്തോഷം ഉണ്ട്. നമ്മുടെ സന്തോഷം ഇല്ലായ്മയുടെ പ്രധാന കാരണം നമ്മുടെ ഉള്ളിൽ നിറഞ്ഞ് ഇരിക്കുന്നത് കൊണ്ടാണ്. നമ്മുടെ ഉള്ളിൽ കേംപ്ളിക്കേറ്റഡ് മെമ്മറി എത്രത്തോളം ഉണ്ട് എന്നതാണ്. ഇത് എന്താണ് എന്ന് മനസ്സിലാക്കി തുടങ്ങിയാൽ മാത്രമേ നമുക്ക് കാര്യം മനസ്സിലാകുകയുള്ളൂ. ഈ വാക്ക് ഉപയോഗിക്കമ്പോഴും, ഒരു പക്ഷെ ഈ എഴുതുന്നത് വായിക്കുമ്പോൾ പോലും തലയ്ക്കുള്ളിൽ ഒരു പെരുപ്പ് തോന്നുന്നുണ്ടോ? ഉണ്ടെങ്കിൽ അത് ഉണ്ട് എന്നാണ് അർത്ഥം. അതുകൊണ്ട് ആ വാക്കിനെ 'അത്' എന്ന് വിശേഷിപ്പിക്കാം. അത് ഇല്ലാത്തപ്പോൾ തന്നെ നമ്മുടെ ഉള്ളിൽ സന്തോഷം ആയിരിക്കും. ചിലപ്പോൾ അത് ഉറക്കത്തിലും ഉള്ളത് കൊണ്ട് ആണോ? നമ്മൾ ദു:സ്വപ്നം കാണുന്നത്.? ശരിയാവാൻ ആണ് വഴി. ഉണർന്ന് ഇരിക്കുന്ന സമയം നമ്മുടെ ഉള്ളിൽ വരുന്ന നല്ല ചിന്തകൾ, നല്ല ഓർമ്മകൾ, നല്ല ആശ്വാസം, നല്ല സുഖം, ആട്ടോമാറ്റിക്ക് ആയി നമ്മൾ പോലും അറിയാതെ ഒരു മൂളിപ്പാട്ട് കേറി വരും. ഇതൊക്കെ ദിവസത്തിൽ എപ്പോഴൊക്കെ കിട്ടുന്നുണ്ട് എന്ന് ഒന്ന് വിലയിരുത്തി നോക്കിയാൽ മതി അതെല്ലാം സന്തോഷത്തിന്റെ അനുഭവതലം ആണ്. ഈ തലം ദിവസം മുഴുവനും പൂർണമായും നിലനിൽക്കണം എന്നുണ്ടെങ്കിൽ കോംപ്ളിക്കേറ്റഡ് മെമ്മറി പൂർണമായും ഇല്ലാതാവണം.

ജീവിതത്തിൽ നടക്കുന്ന ഓരോ കാര്യങ്ങളും നമ്മൾ ആഗ്രഹിച്ചതും, ആഗ്രഹിക്കാതെയും, ഇഷ്ടപ്പെട്ടും ഇഷ്ടപെടാതെയും, ഒക്കെ നടക്കുന്നതാണ്. ഇഷ്ടപെട്ട് നടക്കുന്നത് സുഖം. ഇഷ്ടമില്ലാതെ നടക്കുന്നത് അസ്വസ്ഥത. ആഗ്രഹിച്ച് നേടുമ്പോൾ സന്തോഷം തോന്നും ആഗ്രഹത്തിന് വിപരീതമായി നടക്കുന്നത് ദുഃഖം. ബിസ്സിനസ്സിൽ നടക്കുന്ന ലാഭവും നഷ്ടവും വരെ ഇതിൽ ഉൾപ്പെടുന്നു. നമ്മുടെ ആഗ്രഹങ്ങൾക്കും ഇഷ്ടങ്ങൾക്കും, യാതൊരു പ്രസക്തിയും ഇല്ല എന്ന് തന്നെ കരുതാം. അച്ഛനേയും അമ്മയേയും നമ്മൾ ആഗ്രഹിച്ച് കിട്ടുന്നതാണോ? അല്ല. എന്നത് പോലെ തന്നെയാണ് പിന്നീടുള്ള എല്ലാ കാര്യങ്ങളും.

എന്താണ് ദൈവം? എന്താണ് വിശ്വാസം?

നമ്മുടെ ശരീരം അതി വിശ്ഷ്ട്ടമായ എന്തോ ഒന്നാണ്. നഗ്ന നേത്രങ്ങൾ കൊണ്ട് കാണാനും സാധിക്കില്ല. സങ്കൽപ്പിച്ച് നോക്കുവാൻ പോലും പറ്റാത്തതിനപ്പുറം പ്രവർത്തനങ്ങൾ അത് നടന്നുകൊണ്ടേയിരിക്കുകയാണ്. ദൈവത്തെ പുറത്ത് അന്വേഷിച്ചു നടന്നാൽ കാണാനേ സാധിക്കില്ല. ദൈവം ഇരിക്കുന്നത് നമ്മുടെ ഉള്ളിലാണ്.

വിശ്വാസം

പ്രപഞ്ചത്തിൽ സ്ഥായിയായി നിലകൊള്ളുന്നതിനെ എല്ലാം പൂർണമായും വിശ്വസിക്കാം. മനുഷ്യൻ ഭൂമിയിൽ ഉള്ളിടത്തോളം കാലം മനുഷ്യനിർമിതമായതെല്ലാം നിലനിൽക്കും. പ്രപഞ്ചത്തിന് ഒരു മാറ്റവും ഇല്ലാതെ എക്കാലവും ഒരേപോലെ നിലനിൽക്കും. അമിതമായ ആഗ്രഹമുള്ളവർക്ക് അമിതമായ ദേഷ്യം ഉണ്ടാവും. ആഗ്രഹവും, ദേഷ്യവും ചേട്ടനും അനിയനും പോലെ ആണ്. ലാഭവും നഷ്ടവും പോലെ. അമിതമായ ആഗ്രഹങ്ങൾ ഉള്ളവരുടെ ഒരു കാര്യവും ശരിയായ രീതിയിൽ നടക്കാറില്ല. ആഗ്രഹങ്ങൾ സാധിക്കണമെങ്കിൽ അതിന് തക്ക ഗുണകണങ്ങൾ നമ്മളിൽ ഉണ്ടാവണം. ഈ ഗുണങ്ങൾ നമുക്ക് ഉണ്ടോ എന്ന് നിശ്ചയിക്കുന്നത് പ്രപഞ്ചം ആണ് ഗുണകണങ്ങൾ ഉള്ളവർക്ക് അതിന്റേതായ ശതമാനം അനുസരിച്ച് പ്രപഞ്ചം ഓരോന്നും നൽകുന്നു.

എനിക്ക് മദ്യപാന സ്വഭാവം ഉണ്ടായിരുന്നു. എന്തിനാണ് മദ്യപിക്കുന്നത് എന്ന് അറിയില്ല. കൂട്ടുകാരുമൊത്ത് മദ്യപിക്കുന്നതിനെ കൂടൽ എന്ന് പറയും. എൻജോയ്മെന്റ് എന്നാണ് മദ്യപാനത്തെ വിശേഷിപ്പിക്കുന്നത്. പക്ഷെ എനിക്ക് പ്രത്യേകിച്ച് ഒരു എൻജോയ്മെന്റും തോന്നിയിരുന്നില്ല. കാരണം മദ്യപിച്ച് കഴിയുമ്പോൾ ഞാൻ വേറെ ഒരാളായി മാറുകയാണ്. ചുണ്ടൊക്കെ പ്രത്യേക രീതിയിൽ ആയി സംസാരിക്കുന്നതിന് ഒന്നും വ്യക്തതയില്ല, പരസ്പര ബന്ധയില്ലാത്ത സംസാരം, കണ്ണൊക്കെ ചുവന്ന്, കാല് നിലത്ത് ഉറയ്ക്കില്ല. ആടിയാടി, വേച്ച്, വേച്ച്... ശർദിച്ച്

എവിടെ എങ്കിലും ചുരുണ്ടു കൂടി കിടക്കും. രണ്ട് ദിവസത്തേക്ക് പിന്നെ എഴുന്നേൽക്കാനും പറ്റില്ല. ഇതാണ് ആദ്യകാല മദ്യപാന എൻജോയ്മെന്റ്. ആ സമയത്ത് മദ്യത്തെ വെറുക്കും. ഇനി ഒരിക്കലും മദ്യപിക്കില്ല എന്ന തീരുമാനവും എടുക്കും. പക്ഷെ വീണ്ടും ഇതുപോലെ കൂടൽ... എൻജോയ്മെന്റ്... എങ്ങനെ എങ്കിലും ഒക്കെ വരും... അപ്പോൾ നേരത്തേ എടുത്ത തീരുമാനം അങ്ങ് മറക്കും. വീണ്ടും പഴയപോലെ... ഈ പ്രവൃത്തി വല്ലപ്പോഴും സംഭവിക്കുന്ന ഒരു സംഗതി ആയിരുന്നു. ഇതുകൊണ്ട് നഷ്ടം മാത്രം... നേട്ടം എന്നത് ഒന്നും തന്നെയില്ലായിരുന്നു. ഇതിൽ നിന്ന് ഇന്ന് മനസ്സിലാക്കിയ ഒരു കാര്യം ഉണ്ട്, മദ്യസേവകൊണ്ടോ, മദ്യം കെടുത്ത് മറ്റുള്ളവരെ സന്തോഷിപ്പിക്കുന്നതുകൊണ്ടോ, യാതൊരു നേട്ടവുമില്ല. കാര്യസാധ്യത്തിനായി മദ്യം കൊടുത്ത് എന്തെങ്കിലും നേട്ടം നാം കൈവരിക്കുന്നുണ്ട് എങ്കിൽ, ആ നേട്ടം നമ്മളെ തന്നെ തിരിഞ്ഞ് കൊത്തും എന്നതല്ലാതെ മദ്യ സൽക്കാര നേട്ടം ആപത്തിലേ കലാശിക്കൂ. അല്ലങ്കിൽ അങ്ങനെ ഒരു ചിന്ത പോലും നമ്മുടെ ഉള്ളിൽ ഉരുത്തിരിയുന്നുണ്ട് എങ്കിൽ മുളയിലെ അത് നുള്ളികളയേണ്ടത് അനിവാര്യം തന്നെയാണ്.

സമീപ വർഷങ്ങളിൽ ജീവിതത്തോട് എന്തോ ഒരു വിരക്തി തോന്നി എന്നുള്ളത് സത്യമാണ്. ബിവറേജിൽ പോയി ക്യൂ നിൽക്കാൻ നാണക്കേട് ഉണ്ടായിരുന്ന ഞാൻ, ആ നാണക്കേട് മാറ്റിവച്ച് ക്യൂ നിന്ന് മദ്യം വാങ്ങി വീട്ടിൽ വച്ച് കുടിക്കാൻ തുടങ്ങി. പക്ഷെ എന്തിന് എന്നത് അറിയില്ല. ചിലപ്പോൾ ഉറങ്ങാൻ വേണ്ടി ആയിരുന്നിരിക്കാം. അല്ലെങ്കിൽ നിലവിൽ തരണം ചെയ്യുന്ന പ്രശ്നങ്ങളിൽ നിന്ന് ഒന്ന് മാറിനിൽക്കാൻ വേണ്ടി... സ്വയം തോന്നി കണ്ടെത്തുന്ന ഒരു ഉപാധി. ശരിയായ ശിക്ഷണം ഇല്ലാത്തതാണ് ഈ തോന്നലിന്റെ കാരണം.

കൂട്ടുകൂടി മദ്യപിക്കുന്നത് തെറ്റ് തന്നെയാണ്. എങ്കിലും കൂട്ട് കൂടുമ്പോൾ പ്രത്യേക സമയത്തേക്ക് ചുരുങ്ങുന്നു. വീട്ടിൽ വാങ്ങി വച്ച് കഴിക്കുന്നതാണ് എറ്റവും വലിയ തെറ്റ്. കാരണം അത് നിർത്താൻ പറ്റാത്ത ഒരു ശീലമായി മാറുന്നു. ഒരു ദിവസത്തിലെ കുറച്ച് സമയത്തേക്ക് കേവലം മണിക്കൂറുകൾ മാത്രം നമ്മുടെ പ്രശ്നങ്ങളെ ബോധമണ്ഡലത്തിൽ നിന്ന് മറച്ച് നമ്മുടെ ബുദ്ധിയേയും ഇന്ദ്രിയങ്ങളേയും പ്രവർത്തന രഹിതമാക്കുന്ന പ്ര

ക്രിയയാണ് മദ്യപാനത്തിലൂടെ നടക്കുന്നത്.

അന്നും എന്റെ ഉള്ളിൽ ഇരുന്ന് ആരോ പറയുന്നുണ്ട്. തെറ്റാണ്... തെറ്റാണ്... എന്ന്. പക്ഷെ എനിക്ക് ഒന്നിലും ഒരു വ്യക്തതയില്ല. ശരിയായ ഒരു തീരുമാനം എടുക്കാൻ എനിക്ക് കഴിയുന്നില്ല. എനിക്ക് തന്നെ അറിയാം ഞാൻ ചെയ്യുന്നത് ശരിയല്ല എന്ന്... ആരോഗ്യം നഷ്ടപെടുന്നു... കുടുംബത്തിൽ പ്രശ്നങ്ങൾ... പ്രശ്നങ്ങളിൽ നിന്ന് മുക്തി നേടാൻ ആണ് മദ്യപിക്കുന്നത്. പക്ഷെ, മദ്യപിക്കുന്തോറും പ്രശ്നങ്ങൾ കൂടി വരുന്നതല്ലാതെ കുറയുന്നില്ല. മദ്യക്കുപ്പിയുടെ മുകളിൽ തന്നെ എഴുതി വച്ചിട്ടുണ്ട് മദ്യപാനം ആരോഗ്യത്തിന് ഹാനികരം. മദ്യം വിഷമാണ് കഴിക്കരുത് (ഇത് ഗുരുവാക്യം ആണ്). എന്ന് ആ വാചകത്തിൽ സ്പഷ്ടമായി പറഞ്ഞിരിക്കുന്നു. അത് ചിന്തിക്കാനോ, മനസ്സിലാക്കാനോ, ഗ്രഹിക്കാനോ, ഉള്ള ബോധം ഇല്ല. തലച്ചോറിനുള്ളിലേക്ക് അത് കേറുന്നില്ല എന്ന് ഇവിടെ ശക്തമായി ഊന്നി പറയുകയാണ്. എന്തോ ഒരു ദുർശക്തി, അല്ലങ്കിൽ ഒരു പൈശാചിക ശക്തി നമ്മുടെ ബോധത്തെ മറച്ച് 'വാസനകളെ വളർത്തി, ഇന്ദ്രിയങ്ങളെ പൂർണ്ണമായും കീഴ്പെടുത്തി വച്ചിരിക്കുകയാണ്. അതുകൊണ്ടാണ് മദ്യകുപ്പിയി ൽ എഴുതി വച്ചിരിക്കുന്ന വാചകങ്ങൾ ഈ മദ്യപാനികൾ തിരിച്ചറിയാതെ പോകുന്നത്.

നമ്മൾ മദ്യപിക്കുന്നത് കൊണ്ട് മദ്യം ഉൽപാദിപ്പിക്കുന്നവർക്കും മദ്യ കച്ചവടക്കാർക്കും മാത്രമേ നേട്ടം ഉള്ളൂ. വിവേകവും ,ബുദ്ധിയും, വിവരവും, ചിന്തിക്കാൻ കഴിവുള്ളവർ ആരും മദ്യപിക്കാറില്ലല്ലോ? ഒരു ഗുരു തത്വത്തിലേക്ക് വരുമ്പോൾ മാത്രമേ ഇത് നാം തിരിച്ചറിയുകയുള്ളൂ.

ഓം തസ്മൈ ശ്രീ ഗുരവേ നമഃ

നന്ദി ഗുരുജി...

മാനസിക സമ്മർദം, മാനസിക ബുദ്ധിമുട്ട്, മാനസിക വിഭ്രാന്തി... ഇങ്ങനെ ഒരു മനുഷ്യന്റ മനസ്സിന്റെ ഉള്ളിൽ അലയടിക്കുന്ന സങ്കീർണമായ പ്രശ്നങ്ങളെ നിസാരവാക്കുകൾ കൊണ്ട് പരിഹരിക്കാവുന്നതേയുള്ളൂ. മനസ്സിന്റെ പ്രശ്നം തലച്ചോറു കൊണ്ട് പൂർണ്ണമായും കണ്ടുപിടിക്കാൻ സാധ്യമല്ല. അവിടെ ഒരു നല്ല മനസ്സും കൂടി ഉപയോഗിക്കേണ്ടതായിട്ടുണ്ട്. ഒരു മനശാസ്ത്രജ്ഞന് കഴിവും, ബുദ്ധിയും വിവേകവും, അതിനേക്കാൾ ഉപരി

ഏറ്റവും നല്ല മനസ്സിന്റെ ഉടമയും ആയിരിക്കണം.

വിദഗ്ധർ ഇന്ന് ചെയ്യുന്നത് കാണുന്ന മാത്രയിൽ തന്നെ വിധി എഴുതുന്നു. പിന്നെ കൂടെ ഉള്ളവരുടെ അഭിപ്രായവും, അനുവാദവും കൂടി ആയാൽ നേരെ മെഡിക്കൽ സ്റ്റോറിലേക്കുള്ള കുറിപ്പ് റെഡി. പനി, ശരീരംവേദന, തലവേദന ഈ വക ശാരീരിക അസ്വസ്ഥതയുമായി ഡോക്ടറെ കാണാൻ പോയാൽ ഉടൻ കുറിപ്പിൽ പാരസിറ്റമോൾ എഴുതി തരും, ചുമ, കഫക്കെട്ട് ഉണ്ടെങ്കിൽ ഒരു സിറപ്പ് കൂടി എഴുതും. നേരെമറിച്ച് മാനസികം ആകുമ്പോൾ ഉറക്ക ഗുളികയും, ആത്മവിശ്വാസം കുറയ്ക്കുന്ന വേറൊരു ഗുളികയും എഴുതി തരും. ആദ്യത്തെതിന്റെ കുറഞ്ഞ ഫീസ് 100 രൂപ ആണെങ്കിൽ രണ്ടാമത്തെതിന് കുറഞ്ഞ ഫീസ് 1000 ആയിരിക്കും. ഒരു പരിപ്പിനേക്കാൾ വലിപ്പം കുറഞ്ഞ കളിമണ്ണ് കൊണ്ട് നിർമ്മിച്ച ഒരു ഉറക്ക ഗുളികയിൽ ഒരു കുപ്പി മദ്യത്തിനേക്കാൾ പതിൻമടങ്ങ് വീര്യമുള്ള ലഹരി വസ്തുക്കൾ അടങ്ങിയിരിക്കുന്നു. ഈ ഗുളികകൾ കഴിക്കുമ്പോൾ കഴിക്കുന്നവന്റെ സിരകളിലും, കോശങ്ങളിലും നടക്കുന്ന പ്രവർത്തനത്തിന്റെ ഭീകരത കഴിക്കുന്നവന് മാത്രമേ അറിയാൻ സാധിക്കൂ. എഴുതുന്നവനും അറിയില്ല, എഴുതുവാൻ അനുവാദം കൊടുക്കുന്ന ബന്ധുക്കൾക്കും അറിയില്ല. എന്തെങ്കിലും ആവട്ടേ കഷ്ട്ട കാലം ആയിരിക്കാം തലയ്ക്ക് മുകളിൽ ഗുളികൻ നിന്നാൽ ഗുളിക കഴിക്കുക തന്നെ ചെയ്യണം. തലയ്ക്ക് മുകളിൽ നിൽക്കുന്ന ഗുളികൻ അതിന്റെ ജോലി കൃത്യമായി നിർവഹിച്ച് സമയമാകുമ്പോൾ തനിയെ പോകുന്നു. അതേ സമയം ഉള്ളിൽ കഴിക്കുന്ന ഗുളികൾ നിർത്തണമെങ്കിൽ എന്ത് ചെയ്യും? എഴുതിയവനും കൈമലർത്തും, ബന്ധുക്കളും കൈമലർത്തും. ഇതിൽ നിന്നും ഒരു മോചനം വേണമെങ്കിൽ ഒടേ തമ്പുരാൻ തന്നെ വിചാരിക്കണം. എഴുതിയവൻ അടുത്ത ഇരയെ ആകർഷിക്കാനുള്ള ബിൽഡിംഗ് കെട്ടി പൊക്കുകയായിരിക്കും.

15/03/2025 ശനി എന്താണെന്ന് അറിയില്ല ഇന്ന് നല്ല സന്തോഷം ഉണ്ട്. കാരണം എന്ത് എന്നറിയില്ല. അപ്പോൾ സന്തോഷിക്കണം എങ്കിൽ ഒരു കാരണം വേണം. ഇപ്പോൾ സമയം 3.25 p.m. രാവിലെ 3.53 amനു എണീറ്റു. ആ സമയം മുതൽ ഈ എഴുതുന്ന സമയം വരെ ഞാൻ സന്തോഷവാനാണ്. പക്ഷെ

ആ സന്തോഷത്തിന്റെ കാരണം അറിയില്ല. ഇന്നലെകളെ കുറിച്ച് ഇന്ന് എനിക്ക് ചിന്ത വന്നില്ല. നാളെയെ കുറിച്ച് ഞാൻ ഇതേ വരെ ഉത്ക്കണ്ടപ്പെട്ടതുമില്ല. ഞാൻ എന്ത് കൊണ്ട് ഇത് പറയുന്നു?

കാരണം ശരാശരി ഒരു മനുഷ്യന്റെ മനസ്സിൽ കൂടി 60000 ൽ പരം ചിന്തകൾ കടന്നു പോകുന്നു എന്ന് വിദഗ്ദർ പറയുന്നു. എന്റെ ഇത്രയും കാലത്തെ അനുഭവം വച്ച് ഏറെകുറെ സത്യമാണ്. കാരണം ഇത്രയും കാലം എന്റെ മനസ്സിൽ സദാസമയം ചിന്തകൾ കൊണ്ട് കലുഷിതമായിരുന്നു. ഇന്ന് വളരെ വ്യത്യസ്ത മായി തോന്നി. ആലോചിച്ചപ്പോൾ കാരണം വ്യക്തം. എന്താണെന്ന് അറിയണ്ടേ? നിസ്വാർത്ഥതയോടെ ജീവിക്കുക എന്ന് എന്നെ പഠിപ്പിച്ചു. എന്നെക്കൊണ്ട് പറ്റുന്ന രീതിയിൽ ഞാൻ പാലിക്കുന്നു. പക്ഷെ ഞാൻ ഇവിടെ ഒരേയൊരു കാര്യത്തിൽ സ്വാർത്ഥനാവുകയാണ്. ഇപ്പോൾ ഞാൻ അനുഭവിക്കുന്ന ഈ സന്തോഷത്തിന്റെ കാരണം എന്റെ ഗുരുവാണ്. എന്റെ ഗുരു എന്ന് തന്നെ വിശേഷിപ്പിക്കാൻ ഞാൻ ആഗ്രഹിക്കുന്നു (എന്റെ എന്നത് സ്വാർത്ഥത ആണ് ആ സ്വാർത്ഥത ഞാൻ ഇഷ്ടപെടുന്നു)

എന്റെ ഗുരു സദാ സമയവും എന്റെ ഉള്ളിൽ ഉള്ളത് കൊണ്ടാവാം മറ്റു ചിന്തകൾ എന്നെ അലോസരപ്പെടുത്താത്തത്. ഇന്ന് ഉണ്ടായ ഒരു സംഭവം പറയാം. രാവിലെ 8.30 am ദൂരെ ഒരു സ്ഥലത്താണ് എനിക്ക് വർക്ക്. സ്കൂട്ടറിൽ ആണ് യാത്ര. സ്കൂട്ടറിന്റെ പുറകിൽ ഒരാളും കൂടി ഉണ്ട്. (സ്റ്റാഫ്) വേഗം എത്തണം. കാരണം മറ്റൊരാൾ അവിടെ വെയിറ്റിംഗ് ആണ്. ഹൈവേയിലൂടെ ആണ് യാത്ര. സ്പോട്ട് മോഡ് 70 Km സ്പീഡ്. പെട്ടന്ന് കുറുകെ ഒരു ബൈക്ക് ഒരു തോന്നിയവാസി വിപരീത സൈഡിൽ കൂടി ഹൈവേ മുറിച്ച് കടന്ന് പോയി. പെട്ടന്ന് എന്റെ ഉള്ളിൽ ഒരു കൊള്ളിയാൻ മിന്നി (തികച്ചും സ്വാഭാവികം). പക്ഷെ ഞാൻ വണ്ടി വെട്ടിച്ച് അതേ സ്പീഡിൽ ഒന്നും സംഭവിക്കാത്ത പോലെ മുന്നോട്ട്. പിന്നീടാണ് എനിക്ക് കുറ്റബോധം തോന്നിയത്... എന്ത് കൊണ്ട് എന്നല്ലേ? റോഡിൽ കൂടി പോകുന്ന വണ്ടികളും, ഇരുവശത്തുള്ള കാഴ്ച്ചകളും ഒക്കെ കണ്ട് കൊണ്ടാണ് ഞാൻ വണ്ടി ഓടിക്കുന്നത്. ആ സമയത്ത് ഒക്കെ എന്റെ ഉള്ളിൽ നിറഞ്ഞ് നിൽക്കുന്നത് മുഴുവൻ എന്റെ

ഗുരുവാണ്. ബൈക്ക് കുറുകേ ചാടിയ നിമിഷം മനസ്സിൽകൊള്ളി യാൻ മിന്നിയ ആ സെക്കന്റിൽ ഗുരു എന്റെ മനസ്സിൽ നിന്ന് മാറി. വെറും സെക്കന്റ് നേരത്തേക്ക് മാത്രം. എനിക്ക് വല്ലാത്ത വിഷമം തോന്നി. പേടി എന്ന വികാരം അല്ലങ്കിൽ ഞൊടിയിടയിൽ ഉണ്ടായ ഞെട്ടലിൽ ക്ഷണനേരത്തേക്കെങ്കിലും ഗുരുജി മാഞ്ഞു... ഒരു ഉത്തമനായ ശിഷ്യന്റെ ദേഹത്ത് നിന്നും പ്രാണൻ വെടിയുമ്പോ ഴും ഗുരു നെഞ്ചിൽ ഉണ്ടായിരിക്കണം എന്നത് ആ ഞൊടിയിട സമയത്തിൽ നിന്നും ഞാൻ പഠിച്ചു. ഗുരു എന്നത് വെറും രണ്ട ക്ഷരമല്ല. പ്രപഞ്ചം ആ തോന്നിയവാസി ബൈക്കുകാരനെ വിട്ട് മനസ്സിലാക്കി തന്നതാവുമോ? ഗുരുവിന്റെ മഹത്വം മനസ്സിലാക്കി തന്ന ആ ആളെ തോന്നിയവാസി എന്ന് സംബോധന ചെയ്തത് തെറ്റല്ലേ?? ഞാനും ഒരു കാലത്ത് ഇതേ പോലെ തോന്നിയവാസം ഒക്കെ പ്രവർത്തിച്ചിട്ടില്ലേ? ഞാൻ ഓർക്കുകയാണ്... മാപ്പ്...

എ ഐ യുടെ ഈ യുഗത്തിൽ, സ്പേസിൽ കാലുകുത്തി പുതിയ തലമുറ. ടെക്നോളജിയുടെ പിന്നാലെ രാപകലില്ലാത്ത തിരക്ക് പിടിച്ച ജീവിതം നയിക്കുന്ന ജനത... ഈ കാലഘട്ടത്തിൽ ആത്മീയതയ്ക്ക് എന്തെങ്കിലും പ്രസക്തി ഉണ്ടോ?

ആത്മീയതയ്ക്ക് പ്രസക്തി ഉണ്ടോ എന്ന് ചോദിച്ചാൽ 100 ശതമാനം ഉറപ്പായും ഉണ്ട് എന്നു തന്നെയാണ് ഉത്തരം. എന്ത് കൊണ്ടന്നാൽ ആയിരക്കണക്കിന് വർഷങ്ങൾക്ക് മുമ്പ് ഋഷി വര്യൻമാർ ജ്ഞാന ദൃഷ്ട്ടിയിൽ കണ്ട് പിടിച്ച കാര്യം ആണ് ചൊവ്വയുടെ നിറം ചുവപ്പ് ആണ് എന്ന്. പിൽക്കാലത്ത് അമേരിക്ക നാസ നിക്ഷേപിച്ച് നാസ കണ്ടുപിടിച്ചതും ചൊവ്വയുടെ നിറം ചുവപ്പ് ആണന്നാണ്. അപ്പോൾ അന്നും ഇന്നും എന്നും അത്മീ യതയ്ക്ക് സ്ഥാനവുമുണ്ട് പ്രസക്തിയുമുണ്ട്.

എന്റെ പേര് വിജയകുമാർ

ശരിക്കും നമ്മുടെ പേരിൽ എന്തെങ്കിലും ഒക്കെ ഉണ്ടോ? ഒരു പേരിൽ എന്തിരിക്കുന്നു? പേരും ജീവിതവുമായി എന്തങ്കി ലും ബന്ധം ഉണ്ടോ? ഞാൻ എന്റ പേരിൽ പലപ്പോഴും ശ്രദ്ധിച്ചിരു ന്ന ഒരു കാര്യം ഉണ്ട്. പേരിൽ വിജയം ഉണ്ട് പക്ഷെ ജീവിതത്തിൽ അത്ര വിജയം ഉള്ളതായി തോന്നിയിട്ടില്ല. പുറമേ നിന്ന് എന്നെ

വീക്ഷിക്കുന്നവർക്ക് അവരവരുടെ കണ്ണിൽ കൂടി നോക്കുമ്പോൾ ഏതെങ്കിലും തരത്തിലുള്ള വിജയം കാണുന്നുണ്ട് എങ്കിൽ അത് ദൈവത്തിന്റെ കരങ്ങളിൽ കൂടി വന്നതാവാനേ സാധ്യതയുള്ളൂ. കാരണം വിജയകുമാർ എന്ന വ്യക്തി സങ്കൽപ്പങ്ങൾക്ക് അപ്പുറം ചിന്തിക്കുകയും അതിന്റെ പതിൻമടങ്ങ് പ്രയത്നിക്കുകയും പ്രവർത്തിക്കുകയും ചെയ്യുന്ന ഒരാളായിരുന്നു. ആയിരത്തിൽ ഒരുവൻ എങ്കിലും ആവാൻ ആഗ്രഹിച്ചു. പക്ഷെ ഫലം വരുമ്പോൾ പരാജയകുമാർ ആയി മാറുന്നു. 'പേരിൽ വിജയം പ്രവർത്തനത്തിൽ പരാജയം'. സമൂഹത്തിൽ ശ്രദ്ധിക്കുകയാണങ്കിൽ, വിജയകുമാർ എന്ന പേരുള്ളവർക്ക് പൊതുവേ എന്തെങ്കിലും ഒരു തനതായ ഒരു കഴിവ് ഉണ്ടായിരിക്കും. ഞാൻ എന്ന വിജയകുമാറിന് എന്തെങ്കിലും ഒരു കഴിവ് ഉണ്ടോ എന്നത് ചിന്തിച്ച് നോക്കേണ്ട കാര്യമാണ്. ചിലപ്പോൾ എന്തെങ്കിലും കഴിവുകൾ ഒളിഞ്ഞ് കിടപ്പുണ്ടായിരിക്കാം. ആ കഴിവുകളെ പുറത്തെടുത്ത് സ്വന്തം ജീവിതത്തിൽ വേണ്ട രീതിയിൽ വിനിയോഗിക്കാൻ ഉള്ള കഴിവെങ്കിലും സ്വയം ഉണ്ടാവണം. അതിനെയാണ് യഥാർത്ഥത്തിൽ കഴിവ് എന്ന് പറയുന്നത്. 'സ്വന്തം കഴിവിനെ സ്വയം തിരിച്ചറിയുക എന്ന കഴിവ്. എന്റെ ജീവിതത്തിലുടനീളം ഉണ്ടായിട്ടുള്ള സംഭവ വികാസങ്ങളെ കോർത്തിണക്കി നോക്കുമ്പോൾ ഒരു കഥയാണ് ഓർമ്മ വരുന്നത്. പൊൻമാൻ ആണ് കഥയിലെ നായകൻ. അതിബുദ്ധി ആണ് പൊൻമാന്റെ സവിശേഷത.

അച്ഛനും അമ്മയും ഇല്ലാത്ത എന്നെ വളർത്തിയത് എന്റെ അമ്മൂമ്മയാണ്. അമ്മൂമ്മയ്ക്ക് കാര്യമായ വിദ്യാഭ്യാസം ഒന്നുല്ല. ഒരു 'ണ' എഴുതി ആ 'ണ'യുടെ അടിയിൽ മറ്റൊരു 'ണ' എഴുതി അതിന് ചുറ്റും വിറച്ച് വിറച്ച് ഒരു വട്ടം വരച്ച് എന്റെ പ്രോഗ്രസ്സ് കാർഡിൽ ഒപ്പിടുന്ന എന്റെ അമ്മുമ്മയെ ഞാൻ എപ്പോഴും ഓർക്കും. പാവം മരിച്ചു പോയി. ഈ അമ്മുമ്മയാണ് പൊൻമ്മാന്റെ കഥ പറഞ്ഞു തന്നത്. 'അതിബുദ്ധിയുള്ള പൊൻമാൻ അറ്റിറമ്പിലേ മുട്ടയിടൂ'.

ലോകത്തിലെ സകല ജീവജാലങ്ങളെയും വരിവരിയായി ദൈവം സൃഷ്ടിച്ച് അവരവർക്ക് വേണ്ട കഴിവ് വരമായിട്ട് നൽകുന്നു. പൊൻമാന്റെ ഊഴം വന്നപ്പോൾ സ്വന്തം കഴിവിൽ അമിത വിശ്വാസം ഉണ്ടായിരുന്ന പൊൻമാൻ ദൈവത്തിന്റെ

വരം സ്വീകരിക്കാൻ തയ്യാറായില്ല. എല്ലാം അറിയുന്ന ദൈവം പൊൻമാനോട് പറഞ്ഞു നീ ഒരു ദിവസം നിന്റെ കഴിവ് കൊണ്ടും ജീവിക്കുക. ഒരു ദിവസം നീ എന്റെ വരം കൊണ്ടും ജീവിക്കുക.

പൊൻമാന്റെ ജീവിതം ശ്രദ്ധിച്ചാൽ മനസ്സിലാകും. ഒരുപാട് ആത്മവിശ്വാസത്തോടെ എത്രയൊക്കെ ശ്രമിച്ചാലും അന്നേ ദിവസം അവന്റെ പരിശ്രമം മുഴുവനും വൃഥാ ആയിരിക്കും. പിറ്റേന്ന് ചത്ത മനസ്സുമായി എന്ത് ചെയ്യണം എന്നറിയാതെ അവൻ പുറത്തേക്ക് ഇറങ്ങുമ്പോൾ ദൈവം അവന് ആവശ്യ മുള്ളത് എന്താണോ അത് നൽകും പക്ഷെ അത് ദൈവഹിത ത്തിന് അനുസരിച്ചായിരിക്കും എന്ന് മാത്രം.

കഴിവിന് പ്രത്യേകിച്ച് പ്രസക്തി ഒന്നും ഇല്ല. വിജയം എന്നതിന് പ്രസക്തി ഇല്ല. പരാജയം ദൈവഹിതമായി കാണുക. ലാഭത്തിൽ അഹങ്കരിക്കാത്തവന് നഷ്ടത്തിൽ ദുഃഖിക്കേണ്ടതു മില്ല.

സോഷ്യൽ മീഡിയയുടെ കാലമാണ്. എല്ലാത്തിനും മേലെ മൊബൈൽ ജീവനാഡി ആയി മാറിക്കഴിഞ്ഞു. 15 ദിവസം മൊബൈൽ ഫോൺ ഇല്ലാതെ ജീവിച്ച് നോക്കി. എന്ത് സംഭവിക്കും എന്നറിയാൻ വേണ്ടി. ഒരു ചുക്കും സംഭവിച്ചില്ല. ഏതൊന്നിനോടാണോ നമുക്ക് ഏറ്റവും കൂടുതൽ ആസക്തി തോന്നുന്നത് അതിനെ ഉപേക്ഷിക്കാൻ തയ്യാറായാൽ അവിടെ നിന്നും നമ്മുടെ പരിവർത്തനം തുടങ്ങുന്നു. ഇത് ഞാൻ എന്റെ ജീവിതത്തിൽ സ്വയം ചെയ്ത് മനസ്സിലാക്കിയതാണ്. വരും വരായ്ക എന്തും ആവട്ടേ അവനവന് വേണ്ടപ്പെട്ടതൊഴികെ നാം എന്തിനേയും ത്യജിക്കാൻ തയ്യാറായാൽ പ്രപഞ്ചം കൂടെ നിൽക്കും.

സോഷ്യൽ മീഡിയയിൽ സജീവമായി കാണുന്ന ഒന്നാണ് മോട്ടിവേഷൻ. മഹാൻമാരൊക്കെ ഉപയോഗിച്ചിട്ടുള്ള വാക്കുകൾ കടം എടുത്ത് ഒരു പ്രത്യേക രീതിയിലും ശൈലിയിലും വർഷി ക്കുന്നു. സംഗതി സത്യമാണ് കാരണം ഈ മഹാൻമാരൊക്കെ പിന്നിട്ട വഴികളിൽ സന്ധിച്ചതൊക്കെ പിന്നീട് വാക്കുകളായി വന്നതാവാം. ഒരാൾ സഞ്ചരിക്കുന്ന വഴിയിലൂടെ മറ്റൊരാൾ സഞ്ചരിക്കണമെന്നില്ല. ഒരാളുടെ അനുഭവം ആയിരിക്കില്ല മറ്റൊ രാളുടേത്.

ശ്രീനാരായണ ഗുരു

ശ്രീ നാരായണ ഗുരു എന്ന നാമം എഴുതാൻ തുടങ്ങിയപ്പോൾ തന്നെ കണ്ണുകൾ ഈറനായി, ഉള്ളിൽ ഒരു ഏങ്ങൽ ഗദ്ഗദം പോലെ...

ഈ ഭൂമിയിൽ ജന്മമെടുത്ത് ജീവിച്ച് വയസ് 47... ഈ നാൽപത്തി ഏഴാമത്തെ വയസിൽ ആണ് ആ നാമം ഉച്ചരിക്കാൻ തോന്നിയത്. ആ ഗുരുവിന്റെ പ്രാധാന്യം, ഗുരുവിന്റെ മഹത്വം, ആ ഗുരു, ഗുരു എന്ന തത്വത്തിന്റെ പ്രാധാന്യം ഒക്കെ മനസ്സിലാക്കാൻ ഇത്രയും വർഷം വേണ്ടി വന്നല്ലോ... ഞാൻ എത്ര ഹതഭാഗ്യൻ ആണ്. ജീവിതത്തിന്റെ നല്ലൊരു ഭാഗം കണ്ണുമൂടിക്കെട്ടി നടന്നു. ഇരുട്ടത്ത് തപ്പിയും തടഞ്ഞും, വീണും, ഒരു ദിവസം ഇരുട്ടിൽ ജീവിക്കാൻ തന്നെ വല്യ പാടാണ്... അപ്പോൾ 47 വർഷം തപ്പി തടഞ്ഞ് നടന്നു... അഞ്ച് വയസ് ഉള്ളപ്പോൾ അമ്മുമ്മ വീട്ടിന്റ ഉമ്മറത്ത് വിളക്ക് കത്തിച്ചു വച്ച് ദൈവദശകം ചൊല്ലുമായിരുന്നു. മനസ്സില്ലാമനസോടെ കൂടെ ഞാനും. ആ വരികൾ ഒന്നും ഞാൻ ജീവിതത്തിൽ ഒരിക്കൽ പോലും ഉച്ചരിച്ചിട്ടേയില്ല. എനിക്ക് എന്തോ താൽപര്യം ഇല്ലായിരുന്നു. അമ്മുമ്മ ചൊല്ലിക്കൊണ്ടിരുന്ന ആ 10 കൃതികൾ ഞാൻ പോലും അറിയാതെ എന്റെ മസ്തിഷ്കത്തിൽ പതിഞ്ഞിട്ടുണ്ടായിരുന്നു. കുറ്റബോധ ത്തോടെയും, വേദനയോടെയും ആ വരികളുടെ മഹാത്മ്യം ഞാൻ തിരിച്ചറിയുന്നു. ഇരുപത്തൊന്നാം വയസ്സിൽ ഒരു പ്രകൃതി ചികിൽസാ കേന്ദ്രത്തിൽ പോകാനും താമസിക്കാനും അവസരം ലഭിച്ചതാണ്. ഒരുപക്ഷെ അന്ന് അവിടെ പറഞ്ഞു തന്ന രീതിയിലെങ്കിലും പിൽക്കാലത്ത് ജീവിച്ചിരുന്നു എങ്കിൽ അത്രയെങ്കിലും പ്രപഞ്ചത്തോട് നന്മ ചെയ്യാമായിരുന്നു. അന്ന് ശവക്കറി എന്ന പദം ഞാൻ കേട്ടതാണ്. അറിവില്ലായ്മയുടെ മൂഢ സ്വർഗത്തിൽ ജീവിക്കുകയായിരുന്ന എനിക്ക് അത് മനസ്സിലാക്കാൻ കഴിയാതെ പോയി. ഞാൻ പോകുന്ന വഴിയിലൂടെ എന്നെ പിൻതുടർന്ന് ആ ദിവ്യത്വം ഉണ്ടായിരുന്നു. ഞാൻ ചെയ്യുന്ന തെറ്റുകളും, കുറ്റങ്ങളും, ഞാൻ ചെയ്യുന്ന എല്ലാ അധർമ്മ പ്രവർത്തികളും എന്നെ അനുഗമിച്ച് ഗുരു കാണുന്നുണ്ടായിരുന്നു. എന്റെ പ്രവർത്തികളിൽ മനംനൊന്ത് ഗുരു എത്രമാത്രം വേദനിച്ചിരിക്കാം... ഓർക്കു

മ്പോൾ തന്നെ ശരീരം ചുട്ടുപൊള്ളുകയാണ്.

ഇത് വായിക്കുന്ന ഒരോരുത്തരോടും എനിക്ക് പറയാനുള്ളത് നിങ്ങളുടെ ഒരോരുത്തരുടേയും ഉള്ളിൽ ആ മഹാഗുരു നിറഞ്ഞിരുപ്പുണ്ട്. നിങ്ങളിലെ അജ്ഞത കാരണം നിങ്ങൾക്ക് കാണാൻ കഴിയുന്നില്ല. നിങ്ങളുടെ വാസനകളും, അജ്ഞതകളും വെടിഞ്ഞ് ശരീരത്തേയും, മനസ്സിനേയും ശുദ്ധമാക്കി നോക്കൂ ഗുരുദേവനെ കാണാൻ സാധിക്കും. ഇത് വസ്തുതയാണ് ഞാൻ സിദ്ധിച്ച കാര്യമാണ്. എനിക്ക് സാധിക്കുമെങ്കിൽ നിങ്ങൾക്കും സാധിക്കും. വെറുതേ അങ്ങനെ ഗുരുദേവനെ കാണാൻ കഴിയില്ല. കഴിയും പക്ഷെ അതിന് ഒരുപാധി ഉണ്ട്. അത് ഇത് വായിച്ച് പോകുമ്പോൾ താനെ മനസ്സിലാവും.

മനസ്സിന്റെ അന്തരംഗത്തിൽ എപ്പോഴും ഒരു വേദന... എപ്പോഴും ഒരു ശൂന്യത. സന്തോഷമില്ലായ്മ... ഒറ്റപ്പെടൽ... അനാഥത്വം... ചെയ്യാത്ത കുറ്റത്തിന് പഴി കേൾക്കേണ്ടി വരിക...

ചെയ്യുന്നത് ഒന്നും ശരിയാകാതെ വരിക... എന്തിനീ ജീവിതം...? എന്തിനാണ് ഇങ്ങനെ ജീവിക്കുന്നത്? എന്തിനാണ് ഈ ഭൂമിയിൽ ജനിച്ചത്? ഇതുപോലെയുള്ള ചോദ്യങ്ങൾ നിങ്ങളുടെ ഉള്ളിൽ ഉണ്ടോ? എങ്കിൽ തീർച്ചയായും നിങ്ങളുടെ ഉള്ളിൽ ഗുരുദേവന്റെ സാന്നിദ്ധ്യം ഉണ്ട്. എത്രയും വേഗം തന്നെ അത് തിരിച്ചറിഞ്ഞ് പ്രവർത്തിക്കുക, ശാന്തമായി മനസ്സിരുത്തി ഉൾക്കൊള്ളാൻ ശ്രമിക്കുക. ഇത് ഒരു ഹാലുസിനേഷനല്ല. ജൽപ്പനങ്ങൾ അല്ല. ഞാൻ സ്വയം കണ്ട് ബോധ്യപ്പെട്ട് തിരിച്ചറിഞ്ഞതാണ്.

SMS മെഡിറ്റേഷനിലെ അതി വിശിഷ്ട്ടമായ ഒരു ധ്യാനാനുഭവം ഞാൻ ഇവിടെ പങ്കുവയ്ക്കുന്നു.

ദിവസം കൃത്യമായി ഓർക്കുന്നില്ല എന്റെ ജീവിതത്തിലെ പല പ്രശ്നങ്ങൾ കാരണം 14 ദിവസത്തെ മെഡിറ്റേഷൻ കഴിഞ്ഞ് ഒരു ഗ്യാപ്പ് വന്നു. പിന്നെ ചെയ്തു തുടങ്ങിയ 14ാമത്തെ ദിവസം രാവിലെ സൺ മെഡിറ്റേഷൻ. ഞാൻ ഒരു അഗ്നിപർവതഗുഹയിലൂടെ സഞ്ചരിക്കുന്നു. ഈ സമയം മുഴുവൻ എന്റെ തലയ്ക്കുള്ളിൽ തീ കത്തുന്നത് എനിക്ക് കാണാം ശരിക്കും കത്തുകയാണ്. ആ ഗുഹയ്ക്ക് അപ്പുറം മുഴുവൻ അഗ്നി ആണ് ഈ അഗ്നിയിലൂടെ ഒരാൾ നടന്ന് പോകുകയാണ്. കൈ പിടിച്ചുകൊണ്ട് ഒരു

കൊച്ച് കുട്ടിയുമുണ്ട്. ചുട്ടുപഴുത്ത സൂര്യൻ അതിനപ്പുറം വൃത്താകൃതിയിൽ ചുറ്റും അഗ്നിവലയം. എനിക്ക് ഒരു പേടി തോന്നി. ഉറക്കെ വിളിച്ചു കരയാൻ തോന്നി. അപ്പോൾ പ്രപഞ്ചം പറയുന്നു 'നീ തനിച്ചല്ല... നിനക്ക് ആരുടേയും സഹായം ആവശ്യമില്ല' ഒരു മണിനാദം കേട്ടു. ഞാൻ ഇരിക്കുന്നിടം മുഴുവൻ എന്നിൽ നിന്നും വലിയ ഒരു പ്രകാശ വലയം പരക്കുന്നു. പെട്ടന്ന് ഞാൻ ഞെട്ടിതരിച്ചു പോയി. ഞാൻ ഇരിക്കുന്നതുപോലെ തന്നെ എന്റെ ഉള്ളിൽ കാവി വസ്ത്രധാരി ആയ ഒരാൾ ഇരിക്കുന്നു. മുടി ഇല്ലാത്ത തല, ചവുണ്ട നിറം, ജീവനുള്ള ചർമ്മത്തിലെ നേരിയ വരകൾ, കാവി വസ്ത്രം പുതച്ച് കൈകൾ തമ്മിൽ കോർത്ത് വച്ച് കാലുകൾ നിലത്ത് ഉറപ്പിച്ച് ഞാൻ എങ്ങനെയാണോ സൺ മെഡിറ്റേഷനിൽ ഇരിക്കുന്നത് അതേപോലെ സാക്ഷാൽ ഗുരുദേവൻ ഇരിക്കുന്നു ജീവനോട് കൂടി. ഒരു നിമിഷത്തേക്ക് ഞാൻ അശ്ചര്യത്തോടെ ലയിച്ച് ഇരിക്കുകയാണ്, സന്തോഷം കൊണ്ട് ആണോ ഞാൻ കരയുന്നുമുണ്ട്. ഇരിക്കുന്നത് ഗുരുദേവനാണോ അതോ ഞാൻ ആണോ? രണ്ടു പേരും ഒരു ശരീരത്തിൽ ഇരിക്കുന്നു എന്ന് പറയുന്നതാണ് ശരി. പെട്ടന്ന് അലാറം മുഴങ്ങി മെഡിറ്റേഷൻ സമയം അവസാനിച്ചു.

ക്ഷണ നേരത്തേക്ക് ഗുരുദേവൻ എന്നിലേക്ക് വന്നു. ജീവിതകാലം മുഴുവൻ അങ്ങനെ ഇരിക്കാൻ കഴിഞ്ഞിരുന്നു എങ്കിൽ എന്ന മനുഷ്യസഹജമായ അതിമോഹം എന്നിൽ തോന്നിക്കുന്നു. തെറ്റ്... മാപ്പർഹിക്കാത്ത തെറ്റ്... മാപ്പ്...

ത്യാഗത്തിന്റെ മൂർത്തിഭാവമായ ആ ദിവ്യ തേജസ്സ്, ഗുരു എന്ന മഹാൽഭുതം തോന്നിയവാസം ജീവിച്ചിരുന്ന എന്റെ ഉള്ളിൽ പ്രത്യക്ഷപെടുത്തിത്തന്ന എന്റെ എല്ലാമെല്ലാമായ എന്റെ ഗുരുവിന് നെട്ടോട്ടം ഓടിക്കൊണ്ടിരുന്ന എന്നെ ഒരു സ്ഥലത്ത് അടക്കി ഇരുത്താൻ പഠിപ്പിച്ചു... ചിന്തിക്കാൻ പഠിപ്പിച്ചു... എന്നെ എഴുതാൻ പഠിപ്പിച്ചു... എന്നെ നല്ലത് പഠിപ്പിച്ചു... നൻമ പഠിപ്പിച്ചു... സ്നേഹിക്കാൻ പഠിപ്പിച്ചു... ബന്ധങ്ങളുടെ വില പഠിപ്പിച്ചു... അങ്ങനെ... അങ്ങനെ... ഒരുപാട്... ഒരുപാട്... വാക്കുകൾക്ക് അതീതമായി... ഗുരുവിനോട് നന്ദി വാചകം പോലും പറയാൻ പാടില്ലെന്ന് ഗുരു പഠിപ്പിക്കുന്നു.

ഞാൻ എന്റെ ഈ വാക്കുകളും, വാചകങ്ങളും, എല്ലാം

അങ്ങയുടെ പാദാരവിന്ദങ്ങളിൽ സമർപ്പിക്കുന്നു...

വീട്, കുടുംബം, അച്ഛൻ, അമ്മ കുട്ടികൾ

വീട് എന്നത് കല്ലും മണ്ണും ഇഷ്ടികയും ഒക്കെ ചേർത്ത് നിർമ്മിക്കുന്ന ഒരു കെട്ടിടം ആണ്. പുറമേ ചിലപ്പോൾ പല മനോ ഹാരിതകളും കാണും. അത് ഒരു വീട് ആവണമെങ്കിൽ അവിടെ ഒരു കുടുംബം ഉണ്ടാവണം.

ഭൗതിക ജീവിതത്തിൽ കുടുംബത്തിന് പ്രാധാന്യമില്ല. വ്യക്തി കൾക്കാണ് പ്രാധാന്യം. വ്യക്തിത്വം എന്നതിനാണ് മുൻതൂക്കം. 4 പേർ അടങ്ങുന്ന ഒരു ഗ്രൂപ്പ്, ആ ഗ്രൂപ്പിൽ ഓരോരുത്തർക്കും അവരവരുടേതായ പ്രത്യേകം പ്രത്യേകം ഇഷ്ടങ്ങൾക്ക് സ്വയം പ്രാധാന്യം നൽകുന്നു. കുടുംബത്തിന്റെ പ്രാധാന്യം അറിയില്ല എന്നതാണ് സത്യം. കുടുംബം എന്ന വാക്കിന് അനുസരണ എന്ന് അർത്ഥം ഉണ്ട്. പണ്ടുള്ളവർ പറയും നല്ല കുടുംബത്തിൽ ജനിക്കണം, നല്ല സമയത്ത് ജനിക്കണം. ഇതിൽ രണ്ടിൽ ഏതേലും ഒന്നിൽ വ്യത്യാസം വന്നാൽ അത് ശ്രദ്ധിച്ചാൽ മനസ്സി ലാക്കാൻ കഴിയും. ഒരേ വീട്ടിൽ ഒരേ അച്ഛന്റെയും, അമ്മയുടെ യും മക്കളായി ജനിക്കുന്ന മക്കൾ പരസ്പരം മൊത്തത്തിൽ വ്യത്യസ്ഥർ ആയിരിക്കും. അമ്മ സ്നേഹം, അച്ഛൻ സ്നേഹം അന്യമായി കൊണ്ടിരിക്കുന്ന സ്ഥിതിവിശേഷമാണ്. ആർക്കും ആരോടും പ്രത്യേകിച്ച് ഒരു പ്രതിബദ്ധതയുമില്ല. സ്വന്തം കാര്യം സ്വന്തം ചിന്ത, സ്വന്തം ഭാവി എങ്ങനേയും സുനിച്ചിതമാക്കണം. മുൻജന്മത്തിലെ ശത്രുക്കൾ ആണ് പുനർ ജന്മമെടുത്തു മക്കൾ ആയി വരുന്നതെന്നാണ് പറയപ്പെടുന്നത്. കൂടെ കോംപ്ളിക്കേ റ്റഡ് മെമ്മറിയും കൂടെ ഉണ്ടെങ്കിൽ പിന്നെ പറയുകയേ വേണ്ട.

ഈ മാർഗത്തിലൂടെ ജീവിക്കാൻ തുടങ്ങിയപ്പോൾ ഭക്ഷണം അറിവാണ് എന്ന സന്ദേശം ലഭിച്ചു. ഭുജിക്കുന്നതിനും ഭോഗി ക്കുന്നതിനും ഒരു മറ ആവശ്യമാണ് എന്ന് പറഞ്ഞു കേട്ടിട്ടു ണ്ട് പക്ഷെ അതിന്റെ പൊരുൾ മനസ്സിലാക്കാൻ കഴിഞ്ഞില്ല. ഇപ്പോൾ ചിന്തിച്ചു നോക്കുമ്പോൾ പല കാര്യങ്ങൾക്കും വ്യക്തത വരുന്നുണ്ട്. ഇപ്പോൾ ഏറ്റവും കൂടുതൽ കണ്ടുവരുന്നത് വഴിയിൽ തീറ്റ ആണ്. (ഞാനും അങ്ങനെ ആയിരുന്നു)പുരോഗമനത്തി

ന്റെ പ്രതിഫലനമാണ് വഴിയിൽ നിന്ന് കഴിച്ചാൽ ഇറങ്ങില്ലേ? എന്ന ചോദ്യം വരാം. ഇനി രണ്ടാമത് പറഞ്ഞത് കൂടി വഴിയിലേക്ക് വരുന്ന കാലം വിദൂരമല്ല. എത്രയൊക്കെ പുരോഗമനം വന്നാലും പ്രപഞ്ചത്തിന്റെ കണ്ണിൽ സനാതനധർമ്മത്തിന് ആണ് പ്രാധാന്യം. സനാതനധർമ്മം ഒരിക്കലും പുരോഗമനത്തിന് എതിരല്ല. വേണ്ടുന്നതിനേയും വേണ്ടാത്തതിനേയും വ്യക്തമായി തിരിച്ചറിഞ്ഞ് തള്ളേണ്ടതിനെ തള്ളിക്കളഞ്ഞ്, കൂടെ കൂട്ടേണ്ടതിനെ കൂടെ ചേർത്ത് നന്മ തിൻമകളെ തിരിച്ചറിഞ്ഞ് ജീവിക്കുന്നതാണ് സനാതന ധർമ്മം. അതിനെ പ്രാപഞ്ചിക ധർമ്മം (പ്രപഞ്ച ധർമ്മം)എന്നുകൂടി പറയുന്നു.

ഭാര്യ ഭർതൃബന്ധം

ഭാര്യ ഭർതൃ ബന്ധത്തിനിടയിൽ വിള്ളലായി മൂന്നാമതൊരാൾ കടന്നുവരാൻ പാടില്ല. കുഞ്ഞുങ്ങളെ അല്ല, കുഞ്ഞിനെ പ്രപഞ്ചം ആണ് നൽകുന്നത് എന്തുകൊണ്ടന്നാൽ ഇവരെ രണ്ടാളെയും ചേർത്തുകൊണ്ട് പോകാൻ പ്രപഞ്ചം സമ്മാനിക്കുന്നതാണ്. ചിലർ കുഞ്ഞ് ജനിക്കുമ്പോൾ വേർപിരിയുന്നുണ്ട്, മരണം സംഭവിക്കുന്നുണ്ട്. അതിനും കാരണമുണ്ട്. ഭാര്യഭർത്താവ് എന്നത് പ്രപഞ്ചം കൂട്ടി ചേർക്കുന്നതാണ്. കൂടേണ്ടത് മാത്രമേ കൂടൂ. കല്യാണം നടക്കുന്നില്ല എന്ന് വിഷമിച്ച് നടക്കുന്നവർ വെറുതേ തലപുണ്ണാക്കണ്ട. വിധിച്ചിട്ടില്ല എങ്കിൽ ഇല്ല. വിധി ഉണ്ടങ്കിൽ ലോകത്തിന്റെ ഏത് കോണിലായാലും നിങ്ങളെ തിരക്കി വരും, അല്ലങ്കിൽ നിങ്ങളെ അങ്ങോട്ട് കൊണ്ടുപോക്കോളും. നിങ്ങൾക്ക് ഒരാൾക്ക് വേണ്ടി നിങ്ങളുടെ പ്രദേശത്ത് ചിലപ്പോൾ പ്രളയമോ, സുനാമിയോ വരെ വന്നേക്കാം. പറഞ്ഞുവന്നത് മൂന്നാമന്റെ കാര്യം ആണ്. ഈ മൂന്നാമൻ എന്ന് കേൾക്കുമ്പോൾ ചിന്ത ചിലപ്പോൾ വേറെ വഴിക്ക് പോകും മൂന്നാമനെ പ്രത്യേക ചിന്തയിലൂടെ/കാഴ്ചയിൽ കാണണ്ട. സ്വന്തം അമ്മയോ, അച്ഛനോ, വേണ്ടപ്പെട്ടവരോ, കൂട്ടുകാരോ, ആരുമാവാം.

ഭാര്യയേയും ഭർത്താവിനേയും കൂട്ടി ചേർക്കുന്നത് പ്രപഞ്ചം ആണ്. അവരുടെ രണ്ടാളിന്റേയും കർമ്മദോഷങ്ങളുടെ ഫലമായി അവർക്ക് പരസ്പരം പല പ്രശ്നങ്ങളേയും

നേരിടേണ്ടി വന്നേക്കാം. അതെല്ലാം നേരിട്ടേ പറ്റൂ. അത് പ്രപഞ്ചഹിതമാണ് അത് വരാതിരിക്കണമെങ്കിൽ ഇത് തുടർന്ന് വായിക്കുക. കർമ്മദോഷങ്ങൾ മൂലമാണ് ഈ പ്രശ്നങ്ങൾ ഉണ്ടാകുന്നതെങ്കിലും കുറെയൊക്കെ കയ്യിലിരുപ്പും, പ്രവർത്തി ദേഷവും, നാവു ദോഷവും മൂലം ആണ്. ഈ മൂന്ന് സംഗതികളും ഉണ്ടാകുന്നത് നമ്മുടെ ഉള്ളിൽ കുടിയിരിക്കുന്ന കോംപ്ളിക്കേറ്റഡ് മെമ്മറിയാണ്. കോംപ്ളിക്കേഡ് മെമ്മറി ഉള്ളവർക്ക് എന്ത് പറഞ്ഞാലും മനസ്സിലാവില്ല.

പൂർണമായും ജാതകം ചേർന്നിട്ടും തമ്മിൽ തല്ലി പിരിയേണ്ടി വരുന്നു. ചിലർ മരണപ്പെട്ടു പോവുന്നു.

മൂന്നാമത്തെ ആളിനെ കുറിച്ച് പ്രതിപാദിച്ചത് എന്ത് കൊണ്ടന്നാൽ ഭാര്യ ഭർത്താക്കൻമാർ തമ്മിലുള്ള സ്വരചേർച്ചകളും, പ്രശ്നങ്ങളും അവർ തമ്മിൽ തീർക്കട്ടേ എന്ന് ആരും വിചാരിക്കാറില്ല. അവിടെ സന്ധിസംഭാഷണം എന്ന രീതിയിൽ നുഴഞ്ഞ് കയറുകയാണ്. ഈ നുഴഞ്ഞ് കയറ്റക്കാരുടെ ജീവിതവും പടുകുഴിയിൽ ആയിരിക്കും അത് സ്വയം പരിഹരിക്കാൻ ഉള്ള കഴിവ് അവർക്കില്ല. ഭാര്യ ഭർത്താക്കൻമാർ തമ്മിൽ കുത്തി ചാവുന്നുണ്ട്, ചിലർ ആത്മഹത്യ ചെയ്യുന്നുണ്ട് എന്ത് കൊണ്ടന്നാൽ കോംപ്ളിക്കേറ്റഡ് മെമ്മറിയുടെ പ്രഭാവം കൂടി അജ്ഞത ബാധിച്ച് ചെയ്തു പോകുന്നതാണ്. ഇത് മനുഷ്യർക്ക് ആർക്കും തന്നെ തടയാൻ കഴിയില്ല.

എന്നെ ചിന്തിപ്പിച്ച ഒരു കാര്യം ഉണ്ട്, ഭാരതീയ സംസ്കാരത്തിൽ വിവാഹം എന്നതിന് വലിയ പ്രത്യേകത ഉണ്ട്. ആണും പെണ്ണും തമ്മിലുള്ള ഒന്നിക്കലിന് ഇത്രയും ആഘോഷമാക്കേണ്ട കാര്യമെന്താണ്? ഇതിന് വളരെ സ്പഷ്ട്ടമായ ഉത്തരം ഉണ്ട്. വിവാഹം എന്നത് ആഘോഷത്തേക്കാൾ ഉപരി വളരെ പവിത്രമായ ചടങ്ങ് ആണ്. ഏറ്റവും പ്രാധാന്യം എന്നത് കന്യാദാനം ആണ്. വിവാഹം നടക്കുന്ന സമയത്ത് ഈ ആണും പെണ്ണും എന്നത് ദേവീദേവൻമാരായി മാറുകയാണ്. പ്രപഞ്ചം അനുഗ്രഹിച്ച് അഗ്നിസാക്ഷിയായി ദേവി ദേവ സംഗമം ആണ് നടക്കുന്നത്. പൊട്ടൻമാരായ മനുഷ്യർക്ക് അതിന്റെ വില അറിയില്ല. (ഈ പറയുന്ന എനിക്കും അറിയില്ലായിരുന്നു).

വിവാഹത്തോട് അനുബന്ധിച്ച് നടക്കുന്ന ഓരോ ചടങ്ങു

കൾക്കും ഒരോന്നിനും അതിന്റേതായ പ്രാധാന്യം ഉണ്ട്. ഇതൊന്നും അറിയാതെ എന്തൊക്കെ പേക്കൂത്തുകൾ ആണ് കാണിച്ചു കൂട്ടുന്നത്. വിവാഹം കഴിഞ്ഞ് ജീവിക്കാൻ തുടങ്ങുമ്പോൾ ഇവർ ആണും പെണ്ണുമായി മാറുന്നു. രണ്ട് വ്യക്തികളായി മാറുന്നു. വ്യക്തിതാൽപര്യങ്ങളിലേക്ക് മാറുന്നു. ഭാര്യ ഭർതൃ ബന്ധം എന്നത് രജിസ്റ്റർ ബുക്കിലേക്ക് മാത്രം ആയി മാറുന്നു. ഒരു പക്ഷെ വിവാഹ സമയത്ത് നടക്കുന്ന ആ അനുഗ്രഹം ഇവർ രണ്ടു പേരും നിലനിർത്തി കൊണ്ടുപോവുകയാണങ്കിൽ ഇവരെ പിരിക്കാൻ ലോകത്ത് ഒരു ശക്തിക്കുമാവില്ല. ഇവർ രണ്ടുപേരും വ്യക്തികളായി ജീവിക്കുമ്പോഴാണ് ഇവർക്കിടയിൽ പ്രശ്നങ്ങൾ ഉണ്ടാവുന്നത്. എന്ത് കൊണ്ടന്നാൽ വ്യക്തികൾക്ക്, വാസനകൾ ഉണ്ട്, ബലഹീനതകൾ ഉണ്ട്. വാസനകളും, ബലഹീനതകളും ഉള്ളവരെ വിപരീത തലത്തിലേക്ക് നയിക്കാൻ ദുർശക്തികൾക്ക് നിഷ്പ്രയാസം സാധിക്കും. കേരളത്തിലെ ഭൂരിഭാഗം പേർക്കും വിവാഹത്തിന്റെ പ്രാധാന്യം അറിയില്ല എന്നതാണ് വാസ്തവം.

എനിക്ക് ഏകദേശം കാര്യം വ്യക്തമായി. വായിക്കുന്ന നിങ്ങൾക്ക് വ്യക്തമാകുന്നില്ല എങ്കിൽ നിങ്ങളുടെ ഉള്ളിലെ കോംപ്ളിക്കേറ്റഡ് മെമ്മറി നിങ്ങളുടെ ബുദ്ധിയുടെ തലത്തെ മറയ്ക്കുന്നു എന്നതാണ് സത്യം. ഇത് മാറാൻ ഗുരുവിൽ അഭയം പ്രാപിക്കൂ... തീർച്ചയായും മാറ്റം വരും. ഞാനും എന്റെ വാക്കുകളും ഇതിന് ഉദാഹരണമാണ്. എന്റെ ഉള്ളിലിരുന്നു ഗുരു എഴുതാൻ അറിയാത്ത എന്നെക്കൊണ്ട് എഴുതിക്കുകയാണ്.

'മക്കളേ സമയം വൈകിയിട്ടില്ല ഇത് വായിച്ചെങ്കിലും നന്നാവൂ...'

സോഷ്യൽ മീഡിയ വെടക്കാണ് എന്ന് പറയുന്നു. പക്ഷെ സോഷ്യൽ മീഡിയ നല്ലതും ആണ്. ഇത് രണ്ടും എങ്ങനെ തിരിച്ചറിയും? വെടക്കായ ആളുകൾ തപ്പുന്നതും, കാണുന്നതും, കിട്ടുന്നതും ഒക്കെ വെടക്കായിരിക്കും.

എന്താണ് തെറ്റ്? എന്താണ് ശരി?

എന്താണ് ശരിക്കും ഉള്ള ശരി? ഇങ്ങനെ ഒരു ചോദ്യം ഉണ്ടായിരുന്നു.

മൊബൈൽ ഫോണിന് അടിമ ആയിരുന്ന സമയം ഒരിക്കൽ ഒരു വീഡിയോ കണ്ടു. പേരറിയില്ല, ആരാണന്നും അറിയില്ല.

വർഷങ്ങൾക്ക് മുമ്പ് ആണ്. ഒരു സ്ത്രീ ആണ് പൊഫസർ ആവാം, പുരോഗമന വാദിയായ ബുദ്ധിജീവിയും ആവാം, സ്ത്രീ ഉന്നമനമാണ് ആ മാധ്യമത്തിന്റെ ലക്ഷ്യം. ഒരുപാട് പേർ ഇരിക്കുന്ന വേദി ആണ്. സമൂഹത്തിൽ നടക്കുന്ന വലിയ ഒരു പ്രശ്നം? എന്താണ് എന്നല്ലേ? വിഷയം ഉറക്കം ആണ്. സ്ത്രീകളുടെ ഉറക്ക നിഷേധത്തിന് എതിരെ ആണ് സംസാരിക്കുന്നത്. സ്ത്രീകൾ എന്തിന് വെളുപ്പിനേ എഴുന്നേൽക്കണം? വെളുപ്പിന് കിടന്ന് ഉറങ്ങിയാൽ എന്ത് സംഭവിക്കും. പകൽ കിടന്ന് ഉറങ്ങുന്നത് കൊണ്ട് എന്താണ് കുഴപ്പം? ആർക്കാണ് ഉറങ്ങാൻ ഇഷ്ടമില്ലാത്തത്? എന്നൊക്കെ ഉള്ള അനവധി ചോദ്യങ്ങൾ...

പുരോഗമനവാദിയായ ഞാനും അതിനെ ശരി വച്ചു. ഞാനും ചിന്തിച്ചു അവർ പറയുന്നത് ശരിയല്ലേ? ഒരാളുടെ ഉറക്കത്തെ ചോദ്യം ചെയ്യുന്നത് തെറ്റല്ലേ?

മകളുടെ മുന്നിൽ ഹീറോ ആയി നടന്നിരുന്ന ഞാൻ ഈ വീഡിയോ എന്റെ മകളെ കാണിച്ചു. ഉറക്കപ്രീയ ആയ എന്റെ മകൾക്ക് ഞാൻ സൂപ്പർ ഹീറോ ആയി. പെൺകുട്ടികൾ വെളുപ്പിനേ എഴുന്നേൽക്കുന്നതിന്റെ പ്രത്യേകത എന്താണെന്ന് ഞാൻ തിരിച്ചറിഞ്ഞപ്പോഴേക്കും വർഷങ്ങൾ പിന്നിട്ട് കഴിഞ്ഞിരുന്നു. കാലം എനിക്ക് തെളിയിച്ച് തന്നു. സ്ത്രീ ഉന്നമനത്തിന് വേണ്ടി പ്രസംഗിച്ച ആ സ്ത്രീ ഇപ്പോൾ ഉറങ്ങുകയാണോ എന്നറിയില്ല. അവരുടെ പ്രസംഗവേദിയിൽ ഉണ്ടായിരുന്ന ഉറക്കപ്രീയരായ മാതാപിതാക്കളും, കുട്ടികളും, ആ വീഡിയോ കണ്ടിട്ടുള്ള എന്നെ പോലുള്ളവരും ഇത്രയും നാൾ സുഖമായി ഉറങ്ങി. ആ ഉറക്കത്തിന്റ പരിണതഫലവും, ആലസ്യവും വിട്ടുമാറാൻ പെടാപ്പാട് പെടുകയാണ്. പെൺകുട്ടികൾ ആയാലും ആൺകുട്ടികളായാലും വെളുപ്പിന് കിടന്നുറങ്ങുന്നത് ഗുരുതരമായ ആരോഗ്യപ്രശ്നങ്ങൾ ഉണ്ടാക്കുമെന്നത് സ്പഷ്ട്ടമായി തെളിയിച്ചു തന്നു.

മിക്ക ആളുകളിലും കാണപ്പെടുന്ന ഒന്നാണ് തലവേദന (മൈഗ്രയിൻ) ഏറ്റവും കൂടുതൽ ഉള്ളത് സ്ത്രീകൾക്കാണ്. വേദന സംഹാരി കൊടുത്ത് കൂടുതൽ കൂടുതൽ മാരക രോഗങ്ങളെ സമ്മാനിക്കാൻ അല്ലാതെ ഈ തലവേദനയുടെ കാരണം കണ്ട് പിടിക്കാൻ വൈദ്യശാസ്ത്രത്തിന് ഇതേവരെ സാധിച്ചിട്ടില്ല.

പെൺകുട്ടികളിൽ ഉണ്ടാകുന്ന ആർത്തവ പ്രശ്നങ്ങൾക്ക് പ്രതിവിധിയേ ഇല്ല. ഒരു പെൺകുട്ടിയുടെ ജീവിതത്തിലെ ഏറ്റവും പ്രാധാന്യമുള്ള മനോഹരമായ ദിവസം ആണ് അവൾ ഋതുമതി ആകുന്ന ദിവസം. ഓരോരോ നാടുകളിൽ വലിയ ആഘോഷമാക്കുന്നു. നമ്മുടെ നാട്ടിൽ പിറ്റേന്ന് മുതൽ ആശുപത്രിയിലേക്കാണ് പോകുന്നത്. വേദന, അസ്വസ്ഥത, ദേഷ്യം എന്നു വേണ്ട എന്തോ നടക്കാൻ പാടില്ലാത്തത് എന്തോ സംഭവിക്കുന്നത് പോലെ പെൺകുട്ടികൾ ശപിച്ച് നടക്കുന്നു. വർഷങ്ങളായി ഇത് ശീലമാക്കിയ സ്വന്തം അമ്മമാർ ഇത് അതിന്റെ രീതി ആണെന്ന് മുട്ടു ന്യായം പറഞ്ഞ് ആശ്വസിപ്പിക്കുന്നു... പ്രപഞ്ചം സ്ത്രീകൾക്ക് കനിഞ്ഞ് നൽകിയ വരദാനം ആണെന്ന് ഒരു സ്ത്രീയും മനസ്സിലാക്കിയിട്ടില്ല എന്ന് തോന്നുന്നു. പ്രതിവിധി ഇല്ലാത്ത ഒന്നായത് കൊണ്ട് ആശുപത്രിക്കാർക്ക് കോളാണ്. അനുഭവിക്കുക, അനുഭവിക്കുക, അവസാനം കീറി മുറിക്കുക. ഇതാണ് ആശുപത്രി രീതി.

അനുഭവിക്കുക, അനുഭവിക്കുക അനുഭവിച്ച്, അനുഭവിച്ച് ജീവിക്കുക അവസാനം കീറിമുറിച്ച് ശരിയാക്കുക പിന്നെ അതിന്റെ പരിണിത ഫലം കൂടി അനുഭവിച്ച് ജീവിക്കുക

ഗുരു പറയുന്നു... ഇനിയും സമയം വൈകിയിട്ടില്ല വെളുപ്പിനേ എഴുന്നേൽക്ക് മക്കളേ പൂർണ്ണ ആരോഗ്യത്തോടെ ജീവിക്കൂ...

കർമ്മഫലങ്ങളേയും കോംപ്ളിക്കേറ്റഡ് മെമ്മറിയും എങ്ങനെ തിരിച്ചറിയാം?

കർമ്മഫലവും, ജാതക ദോഷവും, എന്നത് തലേ വര ആണ്, ചിലർക്ക് ജനിക്കുമ്പോഴേ കിട്ടും, ചിലർക്ക് ജീവിച്ച്, ജീവിച്ച് ഓരോ കടമ്പ കടക്കുമ്പോഴും കിട്ടിക്കൊണ്ടേയിരിക്കും മരണം വരെ...

കോംപ്ളിക്കേറ്റഡ് മെമ്മറി കൂടുതൽ ഉള്ളവരെ പെട്ടന്ന് തിരിച്ചറിയാൻ പറ്റും, ഏത് പരിസ്ഥിതിയിൽ ആണോ താമസിക്കുന്നത് എന്നതിൽ നിന്ന് മനസ്സിലാക്കാം. ഉദാസീനത, മടി, എപ്പോഴും എവിടെ എങ്കിലും ചുരുണ്ടു കൂടി കിടക്കും. വൃത്തിയില്ലായ്മ, പ്രത്യക്ഷത്തിലും, ഉള്ളിലും വൃത്തിഹീനമായ ചുറ്റുപാടിൽ

ആയിരിക്കും താമസം. ദൈനംദിനം ദുർഗന്ധം അനുഭവിക്കുക... വൃത്തിഹീനമായ കാഴ്ച്ചകൾ കാണേണ്ടി വരിക... കൃത്യനിഷ്ഠ ഉണ്ടാവില്ല... ചെയ്യുന്നതിന് ശരിയായ ഫലം കിട്ടില്ല... എപ്പോഴും ഒരു എരണക്കേട് ഉണ്ടാകും... എന്തിനും ഏതിനും ഒരു തടസം ഉണ്ടാകും... എന്തിനും ഏതിനും ദേഷ്യം... എപ്പോഴും വാദപ്രതി വാദങ്ങൾ നടത്തിക്കൊണ്ടേയിരിക്കുക... ജീവിതം മുഴുവനും ക്ര മക്കേടുകൾ ആയിരിക്കും. എത്രയൊക്കെ അടുക്കി പെറുക്കി വച്ചാലും ക്ഷണനേരം കൊണ്ട് പഴയത് പോലെ ആകും. ചിലർ ചെയ്യുന്ന ജോലികൾ കാണുമ്പോൾ അറിയാം... ഇങ്ങനെ എണ്ണിയാൽ ഒടുങ്ങാത്ത തരം കോംപ്ളിക്കേറ്റഡ് മെമ്മറി കാണാനാകും.

ആത്മീയത എന്നത് ഒരു അനുഭവതലമാണ്. വേഷ ഭൂഷാ തികളോന്നുമില്ലാതെ, ആടയാഭരണങ്ങൾ ഒന്നും ഇല്ലാതെ, കാഴ്ച്ചക്കാരനെ ധരിപ്പിക്കാൻ ഒന്നും തന്നെ ഇല്ല. ആത്മീയത യിൽ മാനുഷികമായ വികാരങ്ങൾക്ക് പ്രത്യേകിച്ച് സ്ഥാനങ്ങ ളൊന്നും തന്നെ ഇല്ല. ഇതിലും കൂടുതൽ വ്യക്തമായി പറഞ്ഞറി യിക്കണം എന്നുണ്ട്. പക്ഷെ ആ വാക്കുകൾ ഉള്ളിൽ നിന്നും വരു ന്നില്ല. ഇപ്പോൾ അറിയാവുന്നത് ഇത്രമാത്രം. ആത്മീയതയിൽ ജീവിക്കുന്ന ഒരാളിന്റെ ഉള്ളിൽ സദാസമയവും ആ ആളിന്റെ ഗുരു നിറഞ്ഞിരിക്കും. മനസ്സ് ശൂന്യമായിരിക്കും. എന്റെ മനസ്സ് ചിന്തകളുടെ ശവപ്പറമ്പ് ആയിരുന്നു. മാലിന്യത്തിന്റ വലിയ ഒരു കൂമ്പാരം തന്നെ ഉണ്ടായിരുന്നു. ഇപ്പോൾ എല്ലാത്തിൽ നിന്നും മനസ്സ് മുക്തമായിരിക്കുകയാണ്. ആ ഒരു തലം ഞാൻ അനുഭ വിച്ചറിയുന്നുണ്ട്.

ഞാൻ ആശ്രമത്തിൽ വച്ച് ഒരു ചെറുപ്പക്കാരനെ കണ്ടുമുട്ടി പരിചയപ്പെട്ടു, കാഴ്ച്ചയിൽ സൗമ്യനും, ലാളിത്യവും, വിനയവും കുലീനതയും നിറഞ്ഞ പ്രകൃതവും, പെരുമാറ്റവും. പരിചയപെ ട്ടു കഴിഞ്ഞപ്പോൾ സംസാരത്തിലും ആ സൗമ്യത പ്രകടമായി. മറ്റുള്ളവരിൽ നിന്നും തികച്ചും വ്യത്യസ്തനാണ്. പക്ഷെ മനസ്സ് പ്രക്ഷുബ്ധമാണെന്ന് വാക്കുകളിൽ നിന്നും മനസ്സിലായി. ഒരു സ്തിഥ പ്രജ്ഞത ഇല്ല. ആശയകുഴപ്പം നിറഞ്ഞ മനസ്. ചാഞ്ചാടി കളിക്കുന്ന മനസ്. ബോധമനസ്സും, ഉപബോധമനസ്സും തമ്മിൽ ഒരു കുരുക്ഷേത്ര യുദ്ധം നടക്കുന്നു. ബുദ്ധി ശകുനിയെ

പോലെ പ്രവർത്തിക്കുന്നു. ഇടയിൽ ശ്രീകൃഷ്ണൻ അർജ്ജുനന് ഗീതോപദേശം നൽകുന്നത് പോലെ ഗുരുജിയുമുണ്ട്. രണ്ട് വ്യക്തികൾ തമ്മിലാണ് ഈ പ്രശ്നം എങ്കിൽ രണ്ട് പേരേയും അകറ്റി നിർത്തിയാൽ പ്രശ്നം പരിഹരിക്കാം. ഇവിടെ ഒരു വ്യക്തിയുടെ ഉള്ളിൽ രണ്ട് പേർ ഇരിക്കുകയാണ്. രണ്ടും തുല്യശക്തികളുമാണ്.

അഹങ്കാരിയാണോ? അല്ല പക്ഷെ ആണ്.

ദുരഭിമാനി ആണോ? അല്ല പക്ഷെ ആണ്.

സന്തോഷവാനാണോ? അതെ പക്ഷെ അല്ല.

ഇങ്ങനെ ശരാശരി ഒരു മനുഷ്യന്റേതായഏതവസ്ഥ എടുത്ത് തുലനം ചെയ്ത് നോക്കിയാലും വ്യക്തതയില്ല. ബ്രഹ്മജ്ഞാനിയായ ഗുരു മറ്റു ശിഷ്യൻമാരെ തറയിലൂടെ നടത്തി ദുർഗന്ധം വമിക്കുന്ന ശിഷ്യനെ തോളിലിരുത്തി ഗുരു ലക്ഷ്യസ്ഥാനത്തേക്കുള്ള യാത്രയിലാണ്.

ഉറക്കം

ഉറക്കത്തിൽ എന്താണ് സംഭവിക്കുന്നത്? എന്ത് പ്രവർത്തനം ആണ് നടക്കുന്നത് എന്ന് അറിയാൻ ആകാംഷ ഉണ്ടായിരുന്നു. നമ്മുടെ ശരീരത്തിൽ ഒരു ആത്മാവ് ഉണ്ട്. ഈ ആത്മാവ് വളരെ വീർപ്പുമുട്ടിയാണ് നമ്മുടെ ശരീരത്തിൽ കഴിയുന്നത്. കാരണം വേറെ ഏതോ ശരീരത്ത് ഉണ്ടായിരുന്ന ആത്മാവാണ് നമ്മൾ ജനിച്ച സമയത്ത് ഓടി വന്ന് കയറിയതാണ്. സന്തോഷത്തോടെ നമ്മുടെ ഉള്ളിൽ കഴിയാം എന്ന് വിശ്വസിച്ചാണ് ഓരോ ആത്മാവും ഒരോ ശരീരത്തിലും പ്രവേശിക്കുന്നത്. ശരീരം കുഞ്ഞിന്റെതായിരിക്കുമ്പോൾ ആ ആത്മാവ് സന്തോഷവാനാണ്. കാരണം ആത്മാവിന്റെ നീയന്ത്രണത്തിൽ ആണ് ആ കുഞ്ഞിന്റെ ജീവിതം. പക്ഷെ ഈ കുഞ്ഞിന് ഓരോ സ്റ്റേജിലും ഉണ്ടാകുന്ന തിരിച്ചറിവിലും ആത്മാവിന് അസ്വസ്ഥത ഉണ്ടാകുന്നു. കാരണം നമ്മൾ ഓരോ സമയത്തും ചെയ്യുന്ന തെറ്റുകൾ ആത്മാവിനെ വീർപ്പുമുട്ടിക്കുന്നു. നമ്മുടെ ശരീരത്തിനാണ് രൂപം ഉള്ളത് ആത്മാവിനെ ഞാൻ കണ്ടിട്ടില്ല. പക്ഷെ ആത്മാവ് എന്നത് ഉണ്ട്. രൂപം എന്നത് ഇല്ല. രൂപവും ഇല്ല ഭാവവും

ഇല്ല എന്ന് മാത്രം. അതുപോലെ തന്നെയാണ് നമ്മുടെ മനസ്സ്, മനസ്സിനും രൂപമില്ല ഭാവമില്ല. പക്ഷെ അത്മാവും, മനസ്സും രണ്ടും നമ്മുടെ ശരീരത്തിൽ സ്ഥിതി ചെയ്യുന്നു. നമ്മളെ തെറ്റ് ചെയ്യാൻ പ്രേരിപ്പിക്കുന്നത് മനസ്സാണ്. മനസ്സിന്റെ ആവശ്യം ഒന്നു മാത്രം. സുഖം മാത്രം മതി.

മനസ്സിന്റെ തലം 7 ആണ്. അതിൽ 3 എണ്ണത്തിനെ കുറിച്ചേ ഗ്രാഹ്യമുള്ളൂ. മനസ്സിനെ മൂന്നായി തിരിച്ചുനോക്കാം.

ബോധ മനസ്സ് (conscious mind)

ഉപബോധ മനസ്സ് (subconscious mind)

അബോധ മനസ്സ് (unconscious mind)

ബോധമനസ്സ് എന്നത് മടിയനാണ്. ബോധ മനസ്സിന്റെ പ്രഭാവം കൂടുതൽ ഉള്ളവർക്ക് മടി കൂടുതൽ ആയിരിക്കും. ഉപബോധമനസ്സ് എന്നത് കൃത്യനിഷ്ഠയോടെ, കൃത്യമായി കാര്യങ്ങൾ ഭംഗി ആയി ചെയ്യുന്നു. ഉപബോധ മനസ്സ് ഒരു കാര്യം ഏറ്റെടുത്താൽ അതിന്റെ പൂർണ്ണതയിൽ എത്താതെ പിൻമാറില്ല. പക്ഷെ ഇതിനിടയിൽ ദൈനംദിന കാര്യങ്ങളെ കുറിച്ച് ഓർമ്മിപ്പിച്ച് ബോധമനസ്സ് ശല്യം ചെയ്ത് കൊണ്ടേയിരിക്കും. ഉപബോധ മനസ്സ് കൂടുതൽ ആക്ടിവേറ്റ് ആയാൽ കാര്യങ്ങൾ യാന്ത്രികമായി പൊയ്ക്കൊണ്ടേയിരിക്കും. ഒരു വട്ടം പഠിച്ച് കഴിഞ്ഞാൽ പിന്നെ ഓട്ടോ മാറ്റിക് ആയി ചെയ്തുപോകുന്ന തരം ചില കാര്യങ്ങൾ ഉണ്ട്. ഇതൊക്കെ പഠിക്കണം എന്നുണ്ടെങ്കിൽ ബോധ മനസ്സിന്റ സഹായം ആവശ്യമാണ്. പക്ഷെ പഠിച്ച് കഴിഞ്ഞാൽ പിന്നെ ബോധമനസ്സിന്റെ ആവശ്യമേ ഇല്ല.

ഉദ: ഡ്രൈവിംഗ് പഠിക്കുമ്പോൾ നമ്മുടെ ഉള്ളിൽ നടക്കുന്നതും, പഠിച്ച് കഴിഞ്ഞ് നടക്കുന്നതും ചിന്തിച്ച് നോക്കൂ. ഡ്രൈവിംഗ്, അഭിനയം, സർക്കസ്, ഇതുപോലെ ഉള്ള കാര്യങ്ങൾ ഉപബോധ മനസ്സിൽ നിന്ന് നടക്കുന്ന പ്രവൃത്തികളാണ്. ബോധമനസ്സിന്റെ ഇടപെടലുകൾ വരുന്നത് കൊണ്ടാണ് തെറ്റി പോകുന്നത്. മൂന്നാമത്തെ അബോധമനസ്സ് ഇത് തിരിച്ചറിയാൻ പറ്റാത്ത അവസ്ഥ ആണ്. സംഭവിച്ചതിനെ കുറിച്ച് ഓർമ്മ ഉണ്ടാവില്ല. പറഞ്ഞ് വന്നത് ഉറക്കം. നമ്മൾ അനുദിനം ചെയ്യുന്ന പല കാര്യങ്ങളിലും നമ്മുടെ ഉള്ളിലിരുന്നു നമ്മുടെ ആത്മാവ് വീർപ്പു മുട്ടി പുറത്ത് പോകാൻ ആഗ്രഹിച്ച് ഇരിക്കുകയാണ്. കാരണം നമ്മുടെ

ശരീരത്തിന്റെ പൂർണ്ണ നിയന്ത്രണം ഏറ്റെടുത്തിരിക്കുന്നത് ആത്മാവാണ്. ആത്മാവിലാണ് ജീവൻ കുടിയിരിക്കുന്നത്. ഈ ജീവനെ കൃത്യമായി പകുത്ത് കൃത്യമായ അളവിൽ കൂടുതലും, കുറവും ഇല്ലാതെ ഒരോ അവയവങ്ങൾക്കും അവയവങ്ങളുടെ വലിപ്പ ചെറുപ്പം അനുസരിച്ച് തുല്യമായി നമ്മുടെ ഞരമ്പുകളിലൂടെയും, സിരകളിലൂടെയും യഥാസമയം കൃത്യമായി എത്തിച്ചു കൊടുക്കുന്നു. തൻമൂലം ആണ് നമ്മുടെ ശരീരം ഒരേ പോലെ എപ്പോഴും പ്രവർത്തിക്കുന്നത്. ഇതിൽ ഏതെങ്കിലും ഒരു അവയവത്തിന് പോലും കൊടുക്കുന്ന ജീവന് കടുകിട വ്യത്യാസം വരാതെ നമ്മുടെ ആത്മാവ് ശ്രദ്ധിക്കുന്നു. ചിന്തിച്ച് നോക്കൂ നമ്മുടെ ആത്മാവ് എന്ത് മാത്രം ഭാരപ്പെട്ട ജോലിയാണ് ചെയ്യുന്നത്. ഇത്രയും ഭാരപ്പെട്ട ജോലി ചെയ്യുന്ന നമ്മുടെ ആത്മാവിന് നമ്മൾ എന്താണ് പ്രത്യുപകാരമായി ചെയ്യുന്നത്? ജീവിച്ചിരിക്കുമ്പോൾ ഒന്നും തന്നെ ചെയ്യുന്നില്ല, ആത്മാവ് സ്വന്തം ഇഷ്ടപ്രകാരം ചെയ്യുന്നു എന്നാണ് നമ്മുടെ വിചാരം. ഈ പറയുന്ന സംഗതി എത്രപേർക്ക് അറിയാം എന്ന് കൂടി അറിയില്ല. ജീവിച്ചിരിക്കുന്ന സമയത്ത് അവനവന്റ ആത്മാവിന്റെ മൂല്യം തിരിച്ചറിയാതെ നമ്മൾ ജീവിക്കുന്നു. മരിച്ച് കഴിയുമ്പോൾ മറ്റുള്ളവരെ കൊണ്ട് നമ്മുടെ ആത്മാവിന് നിത്യശാന്തി പറയിക്കുന്നു. എന്തൊരു വിരോധാഭാസമാണല്ലേ, ചില ശരീരത്തിൽ ഇരുന്ന് പൊറുതിമുട്ടി ശരീരം വെടിഞ്ഞ് മുകളിൽ എത്തി നെടുവിർപ്പ് ഇട്ട് ശ്വാസം എടുക്കുമ്പോൾ ആയിരിക്കും ഭൂമിയിൽനിന്ന് 'ടപ്പേ, ടപ്പേ, ടപ്പേ... ആചാര വെടി എന്ന മനോഹരമായ ആചാരം. പാവം ആത്മാവ് രക്ഷപെട്ട് മുകളിൽ ചെന്നാലും സ്വൈര്യം ഇല്ല.

പ്രപഞ്ചത്തിൽ സൂര്യനും ചന്ദ്രനും, നക്ഷത്രങ്ങളും, മറ്റു ഗ്രഹങ്ങളും ചെയ്യുന്ന അതേ പ്രതിഭാസം തന്നെ ആണ് നമ്മുടെ ഉള്ളിലെ ആത്മാവും ചെയ്യുന്നത്. ആത്മാവ് നമ്മുടെ ശരീരത്തിലെ ജീവനെ സന്തുലിതാവസ്ഥയിൽ കൊണ്ടുപോകാൻ പെടാപ്പാട് പെടുന്നു. മനുഷ്യൻ സ്വന്തം ആത്മാവിന്റെ കഷ്ടപ്പാട് മനസ്സിലാക്കാതെ മനസ്സിനും, ബുദ്ധിക്കും പ്രാധാന്യം കൊടുക്കുന്നു. തൻമൂലം ശരീരത്തിന് ക്ലേശം അനുഭവിക്കേണ്ടി വരുന്നു. ശരീരത്തിന്റെ ക്ലേശം ഏറ്റവും കൂടുതൽ അനുഭവിക്കുന്നത് ആത്മാവ് തന്നെയാണ്. ആത്മാവിന്റെ സങ്കടം തിരിച്ചറിയണം

എങ്ങനെ തിരിച്ചറിയും? കാരണം ബുദ്ധി, മനസ്സിനെ കൂട്ടുപിടിച്ച് എല്ലാത്തിനേയും മറച്ച് വച്ചിരിക്കുകയാണ്.

ഉദാ: പൊണ്ണ തടിയൻ ആയ ഒരാളിന്റെ ആത്മാവ് അനുഭവിക്കുന്ന ബുദ്ധിമുട്ട് എത്രമാത്രം കാണും. കഴിഞ്ഞ ജൻമത്തിന്റെ പാപഭാരത്തിൽ നിന്ന് മോചിതനായി സന്തോഷത്തോടെ ഓടി വന്ന് കയറിയപ്പോൾ അത്മാവ് സ്വപ്നത്തിൽ പോലും ഓർത്ത് കാണില്ല ഈ ദുരവസ്ഥ,' പോരാത്തതിന് നമ്മുടെ കൈയിലിരിപ്പ് കൊണ്ട് ശരീരത്തിനുണ്ടാകുന്ന ബുദ്ധിമുട്ടുകൾ. നമ്മുടെ കർമ്മഫലം കൊണ്ട് ഉണ്ടാകുന്ന ബുദ്ധിമുട്ടുകൾ എല്ലാത്തിന്റെയും പരിണതഫലങ്ങൾ അനുഭവിക്കുന്നത് നമ്മുടെ അത്മാവ് തന്നെയാണ്. പകൽ സമയം മുഴുവനും പ്രവർത്തന സജ്ജമായിരിക്കുന്ന ശരീരത്തിലെ ഓരോ അവയവങ്ങൾക്കും വിശ്രമം ആവശ്യമാണ്. ഈ വിശ്രമ സമയത്ത് ഓരോ അവയവങ്ങളുടേയും പ്രവർത്തനം യഥാക്രമം ലഘൂകരിച്ച്, ലഘൂകരിച്ച് നിശ്ചലമായ അവസ്ഥയിൽ കൊണ്ട് വരുന്നു. ഈ സമയത്തും മനസ്സും ബുദ്ധിയും തമ്മിൽ കൊമ്പ് കോർക്കും. അത് കൊണ്ടാണ് ഉറക്കം വരാതെ തിരിഞ്ഞ് മറിഞ്ഞ് കിടക്കുന്നത്.

മനസ്സും, ബുദ്ധിയും തമ്മിൽ കൊമ്പ് കോർക്കാതിരിക്കണമെങ്കിൽ എന്ത് ചെയ്യണം?

ഉറങ്ങുന്നതിന് മുമ്പ് മൊബൈൽ ഫോൺ ഉപയോഗിക്കരുത്, ആരോടും വഴക്കിടരുത്, ടീവി കാണരുത്, ഭക്ഷണം കഴിക്കരുത്, അനാവശ്യമായ ചിന്തകൾ ഉണർത്തുന്ന ഒരു കാര്യവും ഉറങ്ങുന്നതിന് മുൻപ് ചെയ്യരുത്. ഒരു കാര്യം പ്രത്യേകം മനസ്സിലാക്കേണ്ടതുണ്ട്. മരിച്ച് കഴിയുമ്പോൾ അല്ല സ്വന്തം ആത്മാവിന് ശാന്തി കൊടുക്കേണ്ടത്. മരിച്ച് കഴിയുമ്പോൾ ആത്മാവിന് ലഭിക്കുന്നത് രക്ഷപെടൽ ആണ്. ജീവിച്ചിരിക്കുന്ന സമയത്ത് അനുദിനം ആത്മാവിന് ശാന്തി കൊടുക്കുകയാണെങ്കിൽ നല്ല രീതിയിൽ ജീവിക്കാം.

അവനവനാത്മസുഖത്തിനാചരിക്കുന്നവ
യപരന്നുസുഖത്തിനായി വരേണം...

അക്ഷര പിശക് ഉണ്ടോ? എന്നതറിയില്ല. 'ഗുരുവാക്യം ആണ്' എന്തിന് ഇവിടെ എഴുതാൻ തോന്നി? അതറിയില്ല?

പ്രപഞ്ചം നൽകിയ ബോധവും, വിവരവും, ചിന്താശേഷിയും, വേണ്ടുന്നിടത്തും, വേണ്ടാത്തിടത്തും ഉപയോഗിക്കുന്ന പ്രപഞ്ചത്തിലെ ജീവജാലങ്ങളിൽ ഒരു പ്രത്യേക വിഭാഗത്തിൽ പെട്ടവരാണ് ഇരുകാലികളായ മനുഷ്യർ. സ്വന്തം ഇനത്തിനെ സ്വയം വിഭാഗീയത നടത്തി വേർതിരിക്കുവാനും, തരംതിരിക്കുവാനും ഉള്ള കഴിവ് മനുഷ്യരായ ഈ ജീവികൾക്ക് ഉണ്ട്. സ്വയം നാമകരണം നടത്താൻ കഴിവുള്ള ഈ ജീവികൾ... സ്വന്തം സ്വഭാവ സവിശേഷതകൾ സ്വയം പ്രകീർത്തിച്ച് അവതരിപ്പിക്കുവാനും, പറയുവാനും ഇവർക്ക് സാധിക്കും.

മനുഷ്യർ സ്വന്തം ആത്മസുഖത്തിനായി നാൽക്കാലികളായ മൃഗങ്ങളെ വീട്ടിൽ വളർത്തുന്നു. മൃഗസ്നേഹം എന്ന ചേതോവികാരം ആണ് ഇതിന്റെ പിന്നിലെ വികാരം. മൃഗസ്നേഹം എന്നത് വെറുതേയാണ് സ്വന്തം കുടുംബത്തിൽ ഉള്ളവരോടു പോലും ഇല്ലാത്ത സ്നേഹമാണ് ഈ നാൽക്കാലി സ്നേഹം. മനുഷ്യന് ഒന്നിനോടും ഒരു പ്രതിബദ്ധതയുമില്ല. മനുഷ്യൻ ഒന്നിൽ നിന്ന് മറ്റൊന്നിലേക്ക് എപ്പോഴും മാറിക്കൊണ്ടേയിരിക്കും.

ഇനി വിഷയത്തിലേക്ക് വരാം. എന്റെ വീട്ടിൽ ഒരു ......നെ വളർത്തുന്നുണ്ട്. ആ ......നെ കൊണ്ട് ഞാൻ അനുഭവിക്കുന്ന ബുദ്ധിമുട്ട് ചില്ലറയൊന്നുമല്ല. കുടിക്കുന്ന ചായയിൽ വരെ അതിന്റെ സാമീപ്യം ഉണ്ട്. എന്റെ ഭാര്യ വളരെ ഓമനിച്ചാണ് ഇ ......നെ വളർത്തുന്നത്. ഞാൻ ......നെ പട്ടി എന്നാണ് സംബോധന ചെയ്യുന്നത്. ഞാൻ പട്ടിയെ പട്ടിയെന്ന് വിളിക്കാനാണ് പഠിച്ചിട്ടുള്ളത്. ഞാൻ ......നെ പട്ടി എന്ന് വിളിക്കുന്നത് ഭാര്യയ്ക്ക് ഇഷ്ടമല്ല. അതിന് ഒരു പേരുണ്ട് 'ജൂഡോ' എന്നാണ് അവൾ വിളിക്കുന്നത്. ഈ വീട്ടിൽ എല്ലാവരേക്കാൾ പ്രാധാന്യമുള്ള അവന് പകൽ സമയങ്ങളിൽ കാരാഗൃഹവാസമാണ് അനുഭവിക്കേണ്ടി വരുന്നത്. എനിക്ക് അവനോട് പ്രത്യേകിച്ച് വെറുപ്പൊന്നും ഇല്ല. കൂട്ടിൽ ഉള്ള കിടപ്പ് കാണുമ്പോൾ ഒരു വേദന തോന്നും. എന്റെ പൈസ കൊടുത്താണ് അവനെ വാങ്ങിയത്. രാജാവിനെ പോലെ ആണ് അവൻ എന്റെ വീട്ടിൽ ജീവിക്കുന്നത്. ചില സമയത്ത് എനിക്ക് അവനോട് അസൂയയും തോന്നാ

റുണ്ട്. കൂട്ടിൽ കിടക്കുമ്പോൾ അവൻ അവൻ അനുഭവിക്കുന്ന മാനസിക ബുദ്ധിമുട്ട് എനിക്ക് തിരിച്ചറിയാനാകുന്നുണ്ട്. അവന് എന്റെ വീട്ടിൽ എന്തൊക്കെ സുഖങ്ങൾ ഉണ്ടെന്ന് പറഞ്ഞാലും അവൻ അനുഭവിക്കുന്ന ബുദ്ധിമുട്ടുകളുടെ കർമ്മഫലം ഞാനും അനുഭവിക്കണമല്ലോ. പട്ടി എന്ന പദം മാറ്റി പകരം നായ എന്ന് വിശേഷിപ്പിക്കാം.

എന്റെ മനസ്സിലെ ആശങ്കയായിരുന്നു ആ പട്ടി. എന്റെ മനോവിഷമം മനസ്സിലായതു കൊണ്ടാണോ, പ്രപഞ്ചം മാറ്റിയതാണോ എന്നറിയില്ല, വീട്ടിലെ പട്ടി ഇന്ന് 'Pure Vegetarian' ആണ്. പട്ടി എന്ന് അതിനെ സംബോധന ചെയ്തതിന് ഞാൻ മാപ്പ് ചോദിക്കുന്നു.

മൗനം

പ്രപഞ്ചത്തിന്റെ ഭാഷ, ധ്യാനത്തിന്റെ ഭാഷ മൗനം ആണെന്ന് ഗുരു പഠിപ്പിക്കുന്നു. ആലോചിച്ച് നോക്കി, ശരിയാണ് ഈ ലോകത്ത് ഏറ്റവും 'പവർഫുൾ 'ആയ ഭാഷ മൗനം ആണ്. മൗനം എന്നത് മഹാമേരു പോലെ ആകുന്നു. ആഴമേറിയ സമുദ്രത്തിന്റെ അഗാധതയെ പ്രതിനിധാനം ചെയ്യുന്നു. മൗനവും ചന്ദ്രനുമായി ബന്ധമുണ്ടന്ന് മനസ്സ് പറയുന്നു. മൗനത്തെ ഇഷ്ടപ്പെടുന്നത് കൊണ്ടാണോ എന്നറിയില്ല, മൗനത്തിന്റെ തീവ്രത മൂൺ മെഡിറ്റേഷനിൽ 'Freeze' ആകുന്നതിന് തൊട്ട് മുമ്പ് പ്രപഞ്ചം മനസ്സിലാക്കി തരുന്നുണ്ട്. അപ്പോൾ മൗനത്തിന് പ്രപഞ്ചത്തിൽ പ്രത്യേക സ്ഥാനമുണ്ടന്ന് അനുമാനിക്കാവുന്നതാണ്

എന്റെ ജീവിതത്തിൽ ജനനം മുതൽ തന്നെ മൗനത്തിന് പ്രാധാന്യം ഉണ്ടായിരുന്നു. എന്റെ ഭാഷയും മൗനം തന്നെ ആയിരുന്നു. മൗനം എന്നത് ഒരു പ്രത്യേക തലമാണ്. മൗനം എന്നത് വലിയ ചോദ്യങ്ങളുടെ ഏറ്റവും ലഘുവായ ഉത്തരമാണ്. ജീവിതത്തിൽ ഒറ്റപ്പെട്ടു പോകുന്നവരുടെ ഭാഷയും മൗനം തന്നെയാണ്.

മൗനം ജ്ഞാനത്തെ പ്രതിനിധാനം ചെയ്യുന്നു. മൗനം ഉണ്ടെങ്കിൽ മാത്രമേ ജ്ഞാനത്തെ സ്വീകരിക്കുവാൻ കഴിയുകയുള്ളൂ. പരസ്പരം മൗനിയായി ഇരിക്കുന്ന രണ്ട് പേർക്കിടയിൽ ഉണ്ടാ

കുന്ന ആശയങ്ങളുടെ കടലിരുമ്പം അവർക്ക് ഇത് വായിക്കുമ്പോൾ സ്വയം മനസ്സിലാക്കാൻ കഴിയും. മനോഹരമായ ഒരു പ്രണയത്തിലുമുണ്ട് മൗനം. എന്തിനേറെ, ജനനത്തിനും, മരണത്തിനും വരെ മൗനത്തിന് പങ്ക് വഹിക്കുന്നു

'ജീവിതം'വെറും മൂന്നക്ഷരം മരണം മധുരമന്ത്രാക്ഷരീമന്ത്രം മൗനം പോലെ മഹത്തരം ' എന്ന് ഭൗതിക ജീവിതത്തിൽ കവികൾ പറയുന്നു. മൗനത്തിനെ വിശേഷിപ്പിക്കാൻ പറ്റാത്ത തരത്തിൽ അതിർവരമ്പുകൾ ഇല്ലാതെ നീണ്ട് നീണ്ട് കിടക്കുകയാണ്. എന്റെ ജീവിതത്തിലും മൗനത്തിന് പങ്ക് ഉണ്ട്. വിവാഹം വരെ ഞാൻ മൗനി ആയിരുന്നു. എന്റെ തൊണ്ടയിലെ മിണ്ടുന്ന സാധനം വർക്ക് ചെയ്യുന്നില്ല എന്നതായിരുന്നു വിവാഹ ശേഷം എന്നെ കുറിച്ച് വന്ന ആദ്യ 'കംപ്ളയിന്റ്.

അങ്ങനെ മൗനിയായിരുന്ന ഞാൻ മറ്റുള്ളവരെ ബോധിപ്പിക്കാൻ വേണ്ടി മിണ്ടൽ തുടങ്ങി. ഏറ്റവും കൂടുതൽ കോംപ്ളിക്കേറ്റഡ് മെമ്മറി സമ്മാനിക്കുന്ന ഒന്നാണ് ആ മിണ്ടൽ എന്ന് SMS മെഡിറ്റേഷനിലൂടെ എനിക്ക് മനസ്സിലാക്കാൻ കഴിഞ്ഞു. എന്നിൽ നിന്നും പടിയിറങ്ങി പോയ എന്റെ ആ പഴയ മൗനത്തിനെ തിരികെ എത്തിക്കാൻ പെടാപാട് പെടുകയാണ്. മിണ്ടാൻ ശ്രമിച്ചവരും മിണ്ടിക്കാൻ ശ്രമിച്ചവരും തന്ന വിപരീത ഫലങ്ങൾ ഇന്നും ചില സമയങ്ങളിൽ വേട്ടയാടുന്നു. ജീവിതം നഷ്ടമാക്കി വളരുന്ന തലമുറയോടും 'ജീവിതം നഷ്ടമാക്കി വളർന്ന തലമുറയോടും എനിക്ക് പറയാനുള്ളത്, ജീവിതം എന്നത് വളരെ പ്രത്യേകത ഉള്ള ഒന്നാണ് ആ പ്രത്യേകത ഒരു ദിവസം മുന്നേ തിരിച്ചറിയാൻ കഴിഞ്ഞാൽ... ഒരു ദിവസം മുമ്പേ തിരിച്ചറിഞ്ഞു പ്രവർത്തിക്കാൻ കഴിഞ്ഞാൽ... അതിനേക്കാൾ വലിയ പുണ്യം വേറെയില്ല.

എന്റെ മകൾ ജനിക്കുമ്പോൾ ഞാൻ അന്യദേശത്ത് ചുട്ടുപഴുത്ത് കിടക്കുന്ന കപ്പലിന്റെ ഉള്ളറകളിൽ എവിടെയോ ആയിരുന്നു. ഇന്ന് ആ മകൾ (വയസ് 20) അന്യ സംസ്ഥാനത്ത് നിന്ന് പഠിക്കുന്നു. കോംപ്ളിക്കേറ്റഡ് മെമ്മറിയുടെ പ്രഭാവം ആണോ? കർമ്മ ഫലം ആണോ എന്നറിയില്ല എന്റെയും എന്റെ മകളുടേയും ഇടയിൽ മൗനത്തിന്റെ വലിയ ഒരു മതിൽ രൂപപ്പെട്ട് വളർന്ന് കൊണ്ടിരിക്കുകയാണ്. രണ്ടുപേരും എപ്പോഴും ചിന്തിക്കുന്നത്

ഒരാളെ തന്നെ ആണ്. പക്ഷെ ഈ മതിൽ പൊളിക്കാനും പറ്റുന്നില്ല കയ്യെത്തിച്ച് പിടിച്ച് ചാടിക്കടക്കാനും കഴിയുന്നില്ല.

മൗനം ആയിരുന്നു വിഷയം എന്തിനെ കുറിച്ചും എഴുതാൻ തുടങ്ങുമ്പോൾ വാക്കുകൾ ഇങ്ങനെ വന്നു കൊണ്ടേയിരിക്കുന്നു. ഗുരുവേ... അങ്ങയുടെ മെഡിറ്റേഷനിലൂടെ എന്റെ കർമ്മഫലവും കോംപ്ളിക്കേറ്റഡ് മെമ്മറി മാറാൻ ഭാഗ്യമുണ്ടോ എന്നറിയില്ല. എങ്കിലും എന്റെ ഉള്ളിൽ അങ്ങ് ഉണ്ട് എന്നത് എനിക്കറിയാം" അങ്ങ് എന്റെ ഉള്ളിൽ ഇല്ലാത്ത സമയവും എനിക്കറിയാം. രണ്ട് അവസ്ഥയും ഞാൻ തിരിച്ചറിയുന്നു പ്രഭോ??

ഓം തസ്മൈ ശ്രീ ഗുരവേ നമഃ...

ഇന്ന് ഗുരു ക്ലാസിൽ ദേഷ്യത്തെ കുറിച്ച് സംസാരിക്കുന്നു.

ദേഷ്യം? ദേഷ്യം എന്നത് മൗനത്തിന്റെ വിപരീത തലം ആണ്. ദേഷ്യം എന്നത് മറ്റേത് വികാരത്തെ പോലെ തന്നെ ഉള്ള ഒരു തലം ആണ്. ദേഷ്യത്തിന് ഭൗതിക തലത്തിൽ മാത്രമേ പ്രാധാന്യം ഉള്ളൂ. ആത്മീയ തലത്തിൽ ദേഷ്യത്തിന് പ്രാധാന്യം ഇല്ല. കാരണം ആത്മീയതയിൽ ജീവിക്കുന്ന ഒരാൾക്ക് ദേഷ്യം വരേണ്ട ആവശ്യമേയില്ല. അഥവാ ആത്മീയതയിൽ ജീവിക്കുന്ന ഒരാളിന് ദേഷ്യം വരുന്നു എങ്കിൽ ആ ആളിന്റെ ഉള്ളിൽ ആത്മീയത ഇല്ല എന്നതാണ് സത്യം. ഗുരുക്കൻമാരെ ഇത് ബാധിക്കുന്നില്ല, കാരണം ഗുരുക്കൻമാർ പ്രപഞ്ചത്തിന്റെ വരദാനം ആണ്, ഗുരുക്കൻമാരുടെ ദേഷ്യത്തിന് പിന്നിലും വിശേഷപ്പെട്ടത് എന്തെങ്കിലും പ്രപഞ്ചം ഒരുക്കി വച്ചിട്ടുണ്ടാവും. ഞാൻ എന്ന ശിഷ്യൻ ആഗ്രഹിക്കുന്നത് എന്റെ ഗുരു എപ്പോഴും പരിപൂർണ്ണ സന്തോഷത്തോടെ, അല്ലങ്കിൽ സന്തോഷത്തിന് ഏതെല്ലാം നിർവചനം കൊടുക്കാൻ കഴിയുന്നോ ആ തലത്തിൽ, എന്റെ ഗുരു ജീവിക്കുന്നത് കാണാൻ ആണ് ഇഷ്ടം.

ഒരു ഗുരു ഇരിക്കേണ്ടത് ശിഷ്യഗണങ്ങളുടെ മനസ്സിൽ ആണ്. അതിന് ആദ്യം വേണ്ടത് ഗുരുവിനെ മനസ്സിൽ പ്രതിഷ്ഠിക്കുക. അപ്പോൾ ഗുരുവിനെ പ്രതിഷ്ഠിക്കേണ്ട സ്ഥലം ശുദ്ധമായിരിക്കണം. (അമ്പലങ്ങളിൽ പ്രതിഷ്ഠ നടത്തുന്നതിന് മുൻപ് ഉള്ള കാര്യങ്ങൾ ശ്രദ്ധിച്ചിട്ടുണ്ടാവുമല്ലോ) ഗുരുവും ശിഷ്യനും തമ്മിൽ അഭേദ്യമായ ഒരു ബന്ധം ഉണ്ട്. ഒരു ശിഷ്യന്റെ ഗുരുത്വമില്ലാത്ത ഓരോ പ്രവൃത്തിയും ഗുരു മനസ്സിനെ അസ്വസ്ഥമാക്കുന്നു.

അപ്പോൾ നാം എന്ത് പ്രവൃത്തി ചെയ്യുമ്പോഴും ചിന്തിക്കുക ഈ പ്രവർത്തി നമ്മുടെ ഗുരുവിനെ ഏതെങ്കിലും തരത്തിൽ ബാധിക്കുന്നുണ്ടോ? എന്ന് സ്വയം വിശകലനം ചെയ്യാൻ ശ്രമിക്കുക. ഗുരു ശിഷ്യ ബന്ധം എഴുതാൻ തുടങ്ങിയാൽ പിന്നെ അനന്തമായി നീണ്ടു പൊയ്ക്കൊണ്ടേയിരിക്കും.

ദേഷ്യത്തെ കുറിച്ച് പറഞ്ഞ് വന്നപ്പോൾ ഗുരു ശിഷ്യ ബന്ധത്തിലേക്ക് പോയി.

നമ്മൾ ജീവിതത്തിൽ ആദ്യമായി ദേഷ്യപ്പെട്ടത് എന്നാണ്? എന്തിന് വേണ്ടി ആയിരുന്നു? എന്നത് ഓർക്കാൻ കഴിഞ്ഞാൽ ദേഷ്യത്തെ പൂർണ്ണമായും ഇല്ലാതാക്കാൻ കഴിയും. പ്രപഞ്ചത്തിൽ എന്തിനും ഏതിനും അവസ്ഥാന്തരത്തിൽ മാറ്റം സംഭവിച്ച് രൂപം ആവണമെങ്കിൽ ഒരു വിത്ത്, അല്ലങ്കിൽ, വൈറസ്, അല്ലെങ്കിൽ ഒരു കണിക ആവശ്യമാണ്.

ഇന്നത്തെ ദേഷ്യത്തിന്റെ കാരണം നമുക്കറിയാം. പക്ഷെ ദേഷ്യം എന്ന നാമ്പ് നമ്മുടെ ഉള്ളിൽ പൊട്ടി മുളച്ചത് എവിടെ നിന്നാണ്?

നാം ബുദ്ധിക്ക് കൊടുക്കുന്ന പദവി ആണ് ദേഷ്യം... ഒരു വ്യക്തിക്ക് ആ വ്യക്തിയുടെ ഇച്ഛയ്ക്ക് വിരുദ്ധമായി മറ്റൊരു വ്യക്തി സംസാരിക്കുകയും പെരുമാറുകയും ചെയ്യുമ്പോൾ ആദ്യ വ്യക്തിയുടെ സിരകളിൽ സംഭവിക്കുന്ന ഊർജ്ജ മാറ്റം ആണ് ദേഷ്യം.

എപ്പോഴാണോ ദേഷ്യം വരുന്നത് അല്ലങ്കിൽ ദേഷ്യം വരാൻ തുടങ്ങുന്ന ആ നിമിഷം, അതേ നിമിഷത്തിന്റെ തൊട്ട് മുന്നേ തന്നെ ആ കാരണ ചിന്തകളെ ഗതി തിരിച്ച് വിടുകയാന്നെങ്കിൽ വരുന്ന ദേഷ്യം ആ കൂടെ പോകുന്നതായിരിക്കും. അപ്പോൾ ചിന്തകൾ വിഷയമായിട്ട് വരും. ചിന്തകളെ കുറിച്ച് എഴുതേണ്ടി വരും. ചിന്തകളുമായി നാളെ വരാം.

ദേഷ്യം

ദേഷ്യം ഒരു പദവി ആണ്. ഞാൻ ദേഷ്യക്കാരനേ അല്ലായിരുന്നു. ദേഷ്യം വരേണ്ട ജീവിത സാഹചര്യം അല്ലായിരുന്നു എന്റേത്. എന്റെ ജീവിതത്തിൽ ദേഷ്യത്തിന് യാതൊരു പ്രസക്തിയും ഇല്ലായിരുന്നു.

ആരോട് ദേഷ്യപെടാൻ?

ദേഷ്യപെടണമെങ്കിൽ ആരെങ്കിലും വേണോല്ലോ?

വർഷങ്ങൾക്കിപ്പുറം ജീവിതം ഒരു ചോദ്യചിഹ്നം ആയപ്പോൾ ഉത്തരം തേടി യാത്ര തുടങ്ങി. ചെന്നുപെട്ടത് ഇരുമ്പിന്റെ ലോകത്ത് ആണ്. 'ദുർബലനും ഇരുമ്പും ' അതും ഒരു വിഷയമാണ്. പറയാൻ തുടങ്ങിയാൽ പിന്നെ തീരില്ല.

ഞാൻ ചെന്ന് പെട്ട ലോകത്ത് ദേഷ്യത്തിന് ഒരു പാട് പ്രാധാന്യം ഉണ്ടായിരുന്നു. ഒരു തരം രാക്ഷസീയത നിറഞ്ഞ ലോകം. എവിടേയും ഒച്ചപ്പാടും ബഹളവും മാത്രം. ഒരു കാര്യവും ആരും സമാധാനപരമായി കാണുന്നുമില്ല ചർച്ച ചെയ്യുന്നുമില്ല. പൊക്കെടാ, വലിയടാ, അടിയടാ, പിടിയടാ, ചാടടാ, ഓടടാ, എന്നിങ്ങനെ എന്തിനും ഏതിനും ബലത്തിനെ ഊന്നി കൊടുത്തുള്ള ഭാഷ ആയതിനാൽ എന്നിലും ആ ഭാഷ കയറി കൂടി, എന്ത് കാര്യവും ദേഷ്യത്തോടെ പറഞ്ഞാൽ മാത്രമേ മറ്റേ ആളിന് മനസ്സിലാക്കുകയുള്ളൂ എന്ന ഒന്ന് അന്നത്തെ ബുദ്ധിയിൽ ചേക്കേറി.

കാലക്രമേണ ബുദ്ധിയെ അത് കീഴ്പെടുത്തി തനതായ ശൈലി ആയി മാറി. അത് ഒരു പദവി ആയി സ്വീകരിച്ച് അലങ്കരിച്ചു. കർമ്മമേഖലയിൽ ആ പദവി നല്ലത് തന്നെ ആയിരുന്നു. അത് കൊണ്ട് പല നേട്ടങ്ങളും കൈവരിച്ചിട്ടുണ്ട്. കുടുംബ ജീവിതത്തിൽ ആ പദവി വിപരീതമായി ഭവിച്ചു. അവിടെ പരസ്പരം മനസ്സിലാക്കൽ എന്നത് അവിടെ വന്നില്ല. 'അതും ഒരു വിഷയമാണ്

എന്ത് തന്നെ ആയാലും ഗുരു പറയുന്നു ദേഷ്യം നല്ലതല്ല, ദേഷ്യം നാശമാണ്. ഇത് പറഞ്ഞപ്പോൾ മറ്റൊരു കാര്യം ഓർമ വരികയാണ്.

ദേഷ്യത്തിനും നാശത്തിനും തമ്മിൽ അഭേദ്യമായ ബന്ധമുണ്ട്. ദേഷ്യം വരുമ്പോൾ വരുന്ന ആളിന് എന്തെങ്കിലും ഒന്ന് നശിപ്പിച്ചാൽ മാത്രമേ ദേഷ്യത്തിന് പര്യവസാനം ഉണ്ടാകുന്നുള്ളൂ. നശിപ്പിക്കുന്ന വസ്തുവിന്റെ മൂല്യത്തിന് അനുസരിച്ചാണ്, അടുത്ത ദേഷ്യത്തിന്റെ ദൈർഘ്യം. ചില്ലിനാണ് കൂടുതൽ ബന്ധം. പൊട്ടുന്നതും ഉടയുന്നതുമായ വസ്തുക്കൾ ദേഷ്യം ഇല്ലാതാക്കു

ന്നു. (ദയവായി ആരും അനുകരിക്കരുത്??)കാരണം ഈ വസ്തുക്കളെ വീണ്ടും സംയോജിപ്പിക്കാൻ സാധ്യമല്ല. അത് പോലെ ആ ദേഷ്യവും അവിടെ തീരുന്നു. പുതിയത് വാങ്ങുന്നത് വരെ ദേഷ്യത്തിന് കാരണം കണ്ടെത്തുകയായിരിക്കും

എന്റെ ദേഷ്യങ്ങളുടെ മൂല്യം പ്രവചിക്കുകയാണെങ്കിൽ എനിക്ക് തന്നെ ബോധക്കേട് ഉണ്ടാക്കുന്ന ഒന്നാണ്. നിസഹായതയും, ഗത്യന്തരവുമില്ലാതെ ആ സാഹചര്യത്തിൽ ചെയ്തുപോയി... മാപ്പ്...

ഇന്ന് ഞാൻ ആശ്വസിക്കുന്നു. വിലപിടിപ്പുള്ളതാണെങ്കിലും കേവലം വസ്തുക്കളിലൂടെ എങ്കിലും എന്റെ ദേഷ്യത്തിന് നേരിയ അറുതി വരുത്താൻ അന്ന് സാധിച്ചിരുന്നു. ഒരു പക്ഷെ ഒറ്റ ദേഷ്യത്തിന് അടിമയായി എന്റെ ജീവനെ ആയിരുന്നു ഞാൻ ഇല്ലാതാക്കിയിരുന്നു എങ്കിൽ? പലവട്ടം ഓർത്തിട്ടുള്ള കാര്യവുമാണ്. ശ്രമിച്ചു നോക്കി പരാജയപ്പെട്ടിട്ടുമുണ്ട്. ഓർക്കുമ്പോൾ ഇന്ന് അതിയായ കുറ്റബോധം തോന്നുന്നു. മാപ്പ്?? ഒരിക്കലും അത് സംഭവിക്കില്ല. കാരണം എന്നെ കാത്തുകൊണ്ട് എന്റെ ഗുരു കാത്തിരിക്കുന്നുണ്ടായിരുന്നു. എത്താൻ വൈകി എന്നുമാത്രം.

അവസാനം വാചകം എഴുതിയപ്പോൾ ഒരു ഗദ്ഗതം... കണ്ണുകൾ ഈറനായി...

ചിന്ത

എന്താണ് ചിന്ത?

പണ്ടുള്ളവർ പറയും 'ചിന്തിച്ചാൽ ഒരു അന്തവും ഇല്ല
ചിന്തിച്ചില്ല എങ്കിൽ ഒരു കുന്തവുമില്ല'

ചിന്തകൾ ഉള്ള ശരാശരി ഒരു മനുഷ്യന്റെ ഉള്ളിൽ അറുപതിനായിരത്തിൽ അധികം ചിന്തകൾ വരുന്നുണ്ട് എന്ന് ചിന്താ ഗവേഷകർ പറയുന്നു. എന്നെ സംബന്ധിച്ചിടത്തോളം വളരെ ശരിയാണ്. എന്റെ മനസ്സ് ചിന്തകളുടെ ശവപ്പറമ്പ് ആയിരുന്നു. എവിടെ ചിന്തിക്കുന്നുവോ അവിടെ ശൗചാലയം വേണം എന്ന് വിദ്യാബാലൻ പറയുന്നു. ചിന്തകളിലെ സങ്കീർണ്ണമായ പല പ്രശ്നങ്ങൾക്കും (കൂടുതലും കർമ്മ മേഖലയിലെതാണ്) പരിഹാരം ലഭിക്കുന്നത് അവിടെ നിന്നാണ്. അനുഭവസ്ഥനുമാണ്.

ചിന്തകൾ എന്നത് മനുഷ്യ മനസ്സിനെ കാർന്ന് തിന്നുന്ന ഒന്നാണ്. അമിതമായ ചിന്ത ഇത്തിക്കണ്ണി പോലെ ആണ്. ഇത്തിക്കണ്ണി പടർന്ന് പിടിച്ച മാവിനെ ശ്രദ്ധിച്ചാൽ മനസ്സിലാകും.

എന്നാൽ നിത്യജീവിതത്തിൽ നമുക്ക് ഉപകാരപ്പെടുന്ന ഭൂരിഭാഗം കാര്യങ്ങളുടേയും ഉറവിടം മനുഷ്യ ചിന്തയിൽ നിന്നും ഉൽഭവിച്ചിട്ടുള്ളതുമാണ്. പല മഹാൻമാരും പല തലങ്ങളിലും എത്തപ്പെട്ടിട്ടുള്ളതും ചിന്തകളിൽ നിന്നും ആണ്. മനുഷ്യ മനസ്സ് ശക്തിയേറിയ ഒരു കാന്തം പോലെ ആണ് അവനവന്റെ വാസനകൾക്കനുസരിച്ച് കാന്തം പ്രവർത്തിക്കുന്നു.

നല്ലതും ചീത്തയുമായി ജീവിതത്തിൽ വന്ന് ഭവിക്കുന്ന എല്ലാം ചിന്തകളായി മാറുന്നു. ഒരു മനുഷ്യനെ ചങ്ങലയിട്ടു ബന്ധിക്കാൻ സാധിക്കും. പക്ഷെ ആ മനുഷ്യന്റെ ചിന്തകളെ പറ്റില്ല.

നമ്മിൽ അടിഞ്ഞു കൂടുന്ന ചിന്തകളെ എല്ലാം വേർതിരിച്ച് നല്ലതിനെ ഉൾക്കൊണ്ട് പ്രവർത്തിക്കുവാനും, ശേഷം വരുന്ന തുടർചിന്തകളെ നല്ലതാക്കാനും ഈ ഗുരു തത്വം നമ്മെ സഹായിക്കുന്നു.

നമ്മുടെ ഉള്ളിൽ കുടിയിരിക്കുന്ന മോശം ചിന്തകളെ ഇല്ലാതാക്കുകയും, (എരിച്ച് കളയുകയാണ്) മോശം ചിന്തകളിലേക്കുള്ള പാതയിൽ തടയിടാനും SMS മെഡിറ്റേഷൻ എന്ന പ്രപഞ്ചഅൽഭുതത്തിനു സാധിക്കും എന്ന് എനിക്ക് ബോധ്യപ്പെട്ട കാര്യമാണ്.

ഓം തസ്മൈ ശ്രീ ഗുരവേ നമഃ

ജീവിതത്തിൽ കഴിഞ്ഞുപോയതിനെ തിരികെ കിട്ടുക എന്നത് അസാധ്യമാണ്. അതിലൊന്നാണ് നമ്മുടെ പ്രായം. ഏറ്റവും സവിശേഷതകൾ നിറഞ്ഞ ഭാഗമാണ് ബാല്യവും കൗമാരവും യൗവനവും ഏറ്റവും പ്രാധാന്യമുള്ളതുമാകുന്നു. ഈ മൂന്ന് ഘട്ടങ്ങളെ എത്രത്തോളം മൂല്യവൽക്കരിക്കുന്നുവോ അത്രയും പിൻക്കാല കുറ്റബോധത്തെ ഒഴിവാക്കാനാവും.

സമൂഹത്തിൽ നിന്ന് കിട്ടാവുന്ന അത്രയും കോംപ്ലിക്കേറ്റഡ് മെമ്മറിയെ ആകർഷിച്ച്, സമാഹരിച്ച്, സംഭരിച്ച്, മുതൽക്കൂട്ടായി ശേഖരിക്കുന്ന സമയമാണ് ചെറുപ്പകാലം.

ഈ ചെറുപ്പകാലത്തെ ആരും നല്ലതിന് വേണ്ടി വിനിയോഗിക്കാറില്ല. കുട്ടിക്കാലവും, ചെറുപ്പകാലവും വേണ്ട രീതിയിൽ വിനിയോഗിച്ച്, ജീവിച്ചവരെ സമൂഹത്തിൽ ശ്രദ്ധിച്ചാൽ നമുക്ക് മനസ്സിലാകും. ലഹരി വസ്തുക്കളായ മദ്യം, മയക്ക്മരുന്ന് എന്നിവയ്ക്ക് അടിമയാകാൻ പ്രചോദനം നൽകുന്ന സമയം. എന്തിനും ഏതിനും സിനിമ എന്ന മാസ്മരികതയെ ഉദാഹരണവൽക്കരിക്കുന്നു. മൊബൈൽ സ്ക്രീനും കണ്ണുകളും തമ്മിൽ വേർപ്പെടുത്താനവാതെ ബന്ധനസ്ഥയാക്കപെടുന്ന അവസ്ഥ.

ആൾക്കൂട്ടങ്ങളിലും, ഉത്സവപ്പറമ്പുകളിലും, ആഘോഷവേദികളിലും, ഒരു തരം ഉന്മാദലഹരി ശരീരത്തിലേക്കും, മനസ്സിലേക്കും, കയറി വരുന്നു. സ്വയം മറന്ന്, വറുത്ത കടലയും കൊറിച്ച്, പൊരിയും തിന്ന്, നടന്നുകളയുന്ന ആ സമയത്തെ എൻജോയ്മെന്റായി കണക്കാക്കുന്നു. ഈ സമയത്തെ അവനവന്റെ ജീവിതത്തിന് ഉപകരിക്കുന്ന രീതിയിൽ മൂല്യമുള്ളതാക്കാൻ ആരും ശ്രമിക്കുന്നില്ല. കൗമാരവും, യൗവനവും പ്രണയം എന്ന ദിവ്യമായ ഒരനുഭുതിയെ സിരകളിലേക്ക് ആകർഷിക്കാൻ വെമ്പിക്കൊണ്ടിരി ക്കുന്ന കാലം. പ്രണയം എന്ന വികാരം മനസ്സിൽ തോന്നാത്തവർ ചുരുക്കമാണ്. പ്രണയം വൃദ്ധനെ പതിനാറുകാരനാക്കുന്നു. ഇത് ഒരു സിനിമാ ഡയലോഗ് ആണ്. ചരിത്രവും, ഇതിഹാസവും പ്രണയത്തിൽ അധിഷ്ഠിതമാണ്. വായിക്കുമ്പോൾ അവരവരുടെ പ്രണയത്തെ ഓർമ്മ വന്നേക്കാം. വൈവാഹിക ജീവിതത്തിൽ പ്രണയം എന്നതിന് വലിയ പ്രാധാന്യം ഒന്നുമില്ല. പ്രായചാപല്യം എന്നുവേണമെങ്കിൽ പറയാം. നനഞ്ഞ ഒരു കോഴിയുടെ അവസ്ഥ. പത്താം ക്ലാസിൽ പഠിക്കുമ്പോൾ എന്റെ അമ്മായി എന്നോട് പറഞ്ഞ ഒരു വാചകം ഞാൻ ഇവിടെ കുറിക്കുന്നു.

'ജീവിതത്തെ ഒരു ചേനയോട് ഉപമിക്കാം പ്രേമം എന്നത് വെറും ചൊറിച്ചിൽ മാത്രം. '

വിദ്യാഭ്യാസ ചിന്തയിൽ ഒരു ചെറിയ മാറ്റം

ഇവിടെയാണ് ഗുരുകുല വിദ്യാഭ്യാസം എന്നതിന്റെ പ്രാധാന്യം. ആധുനിക വിദ്യാഭ്യാസത്തോടൊപ്പം ഒരു ഗുരുതത്വവും ശീലമാ

ക്കുകയാണെങ്കിൽ ഭാവിയിൽ ഒരു കാര്യത്തെ കുറിച്ചും ഓർത്ത് ദുഃഖിക്കേണ്ടി വരില്ല.

വിധി

വിധി എന്നത് കേവലം രണ്ടക്ഷരം കൊണ്ടുള്ള പ്രപഞ്ചവിളയാട്ടം. അറിവും വിവരവും ബോധവും യുക്തിയും, ബുദ്ധിയും, എന്ന് വേണ്ട സകലമാന ഗുണങ്ങളും ഉണ്ടെന്ന് സ്വയം അവകാശപ്പെടുന്ന മനുഷ്യരുടെ ജനനത്തിന് മുന്നേ ഒരമ്മയുടെ ഗർഭപാത്രത്തിൽ രൂപം കൊള്ളുമ്പോൾ തന്നെ എഴുതി തയ്യാറാക്കിയ വിധി. പ്രപഞ്ചം സമ്മാനിച്ച വിധി. ഒരു കാലത്ത് വിധിയോട് പുച്ഛമായിരുന്നു. വിധിക്കെതിരെ പോരാടി ജയിച്ചവരുടെ വാക്കുകളുടെ പിന്നാലെ ആയിരുന്നു. മോട്ടിവേഷൻ സ്പീക്കർമാരുടെ മൈക്കിലൂടെ ഉള്ള ഗർജ്ജനങ്ങൾ കേട്ട് കോൾമയിർ കൊണ്ട് ആവേശഭരിതനായി പോരാടുമായിരുന്നു. യഥാർത്ഥ സത്യം അറിയാതെ നിഴലിനോട് യുദ്ധം ചെയ്യുകയായിരുന്നു. വിധിയെ ജയിച്ച ഒരു ഇതിഹാസകഥാപാത്രം പോലുമില്ല. പ്രപഞ്ചത്തിന്റെ വിരിമാറിൽ ചവിട്ടി നിന്ന് പ്രപഞ്ചത്തെത്തന്നെ വെല്ലുവിളിക്കുന്ന പ്രവർത്തി മൂഢ സ്വർഗത്തിൽ ജീവിക്കുന്ന മനുഷ്യർ മാത്രമേ ചെയ്യൂ. ഈ പ്രപഞ്ചത്തിൽ ജയിക്കുന്നതിനേക്കാളുപരി, ഒന്ന് മരിക്കുന്നത് വരെ ജീവിക്കണെ മെങ്കിൽ ചില സവിശേഷതകൾ വേണമെന്ന് മനസ്സിലായി. അതും സാഷ്ടാംഗ ദണ്ഡനമസ്ക്കാരം ദിനംപ്രതി ചെയ്യേണ്ടി വന്നു. പ്രപഞ്ചം എന്ന സത്യത്തെ മനസ്സിലാക്കാൻ കഴിഞ്ഞത് തസ്മൈ ഈ ഗുരുതത്വത്തിൽ വന്നതിന് ശേഷമാണ്. വർഷങ്ങളായി ജീവിതത്തോട് മടുപ്പ് തോന്നി ജീവിക്കുകയായിരുന്നു. ഇനി എന്ത്? എന്ന ഒരു ചോദ്യം എന്നും മനസ്സിൽ തോന്നുമായിരുന്നു. ആവർത്തന വിരസതയല്ലാതെ ജീവിതത്തിൽ പ്രത്യേകിച്ചൊന്നും തോന്നിയിരുന്നില്ല.

ജീവിതത്തിൽ എന്ത് കാര്യം ചെയ്യുമ്പോഴും എന്തുമാവട്ടേ അതിന് ഒരു കൃത്യത വേണമെന്ന് ഇപ്പോൾ വ്യക്തമായി. ഭൗതിക ജീവിതത്തിൽ ജീവിക്കുന്ന ഒരാളുടെ തലച്ചോറിലേക്ക് പ്രതിദിനം പ്രതിസെക്കൻഡ് അറിവുകൾ എന്ന വ്യാജേന ഒരോന്ന് ഇങ്ങനെ കുമിഞ്ഞ് കൂടിക്കൊണ്ടിരിക്കുകയാണ്. നിത്യജീവിതത്തിലും,

പ്രായോഗിക ജീവിതത്തിലും ഈ പാഴറിവുകൾക്ക് യാതൊരു പ്രാധാന്യവുമില്ല എന്നതാണ് വാസ്തവം.

പ്രപഞ്ചസൃഷ്ടിയിൽ പ്രപഞ്ചസവിശേഷത എന്തെന്ന് മനസ്സിലാക്കാത്ത ഒരേയൊരു സൃഷ്ടി അത് മനുഷ്യൻ മാത്രമേ ഉള്ളൂ. മനുഷ്യൻ മാത്രം പ്രപഞ്ചത്തിൽ നിന്നും വെറുതേ കിട്ടുന്ന ഊർജത്തിന്റെ സവിശേഷത മനസ്സിലാക്കാതെ ബുദ്ധിക്ക് ചിത്തഭ്രമം ബാധിച്ച് എന്തൊക്കെയോ കാട്ടി കൂട്ടുന്നു.

ഇത്രയൊക്കെ മനസ്സിലായിട്ട് കൂടി ചില നേരങ്ങളിൽ ഞാൻ ചെയ്യുന്ന ചില പ്രവർത്തികളിൽ എനിക്ക് തന്നെ ലജ്ജ തോന്നാറുണ്ട്. നിസഹായത എന്നേ പറയാനാകൂ. ചില നേരങ്ങളിൽ ഞാൻ ഓർക്കാറുണ്ട്.

ജീവിതത്തിൽ കഴിഞ്ഞുപോയതിനെ മായ്ച്ച് കളയുവാൻ സാധിക്കുമായിരുന്നെങ്കിൽ...

ഉപദേശം ഇഷ്ടമല്ലാത്ത പുതിയ തലമുറയോട് പറയാൻ ഒന്നേയുള്ളൂ. ജനനം കൊണ്ടും കർമ്മഫലം നിമിത്തവും വിധി നമുക്കായി ഒന്ന് കരുതി വച്ചിട്ടുണ്ട്. ചിലർ സ്വന്തം ലക്ഷ്യങ്ങൾക്ക് സ്വയം പ്രാധാന്യം നൽകി സ്വന്തം ആശയങ്ങളെ വിശ്വസിച്ച് ഇറങ്ങി തിരിക്കുന്നു. 'മാർഗ്ഗം ഏതായാലും ലക്ഷ്യം ആണ് പ്രാധാന്യം' ഈ വാക്കുകളെ മുൻനിർത്തിയാണ് ഭൗതിക ജീവിതത്തിലെ ജീവിതത്തിന്റെ ആരംഭം. ഗുരുതത്വം അനുശാസിക്കുന്നു പ്രപഞ്ചത്തിന്റെ പേനയായി ജീവിക്കുക

ഇതിവൃത്തം

ഭൗതിക ജീവിതത്തിലെ സ്ഥാനമാനങ്ങളിലെ പരമോന്നതമായ പദവിയാണ് മരണം. എന്നാൽ ആത്മീയ ജീവിതത്തിലെ പരമോന്നതമായ പദവി എന്നത് സമാധി ആണ്.

പരിശുദ്ധത, നിഷ്ക്കളങ്കത ഈ രണ്ട് വാക്കിന് വളരെ പ്രാധാന്യം ഉണ്ട്. പൂർണ്ണമായും പരിശുദ്ധനായ വ്യക്തിക്കു മാത്രമേ നല്ല അനുഭവം ലഭിക്കുകയുള്ളൂ.

പരിശുദ്ധനാവുക എന്നത് ഒരു ഗുരുവിന്റെ സഹായത്താൽ മാത്രമേ സാധ്യമാവൂ. അവനവന്റെ മനസാക്ഷി ആണ് പരിശുദ്ധതയുടെ അളവ്കോൽ

ക്ഷമ

'ക്ഷമ' ഈ രണ്ടക്ഷരങ്ങൾ എഴുതണമെങ്കിൽ പോലും ക്ഷമ വേണം. രാവിലെ എഴുന്നേൽക്കുമ്പോൾ മുതൽ രാത്രി ഉറങ്ങുന്ന സമയം വരെ, എങ്ങാട്ട് നോക്കിയാലും അസഹിഷ്ണുത മാത്രം നിറഞ്ഞ അന്തരീക്ഷത്തിന് നടുവിൽ എല്ലാം ഉള്ളിലൊതുക്കി, സ്വയം സഹിച്ച്, നിലവിലെ സാഹചര്യങ്ങളെ അതിജീവിച്ച് സ്വന്തം മാനസിക വികാരങ്ങൾക്ക് പോലും പ്രാധാന്യമില്ലാതെ വരുന്ന ഇടങ്ങളിൽ, അത് പുറത്ത് പ്രകടിപ്പിക്കാൻ പോലും ശ്രമിക്കാതെ മറ്റുള്ളവരെ തിരിച്ചറിയിക്കാതെ നിസ്സഹായതയും, ആകുലതയും, കൊണ്ട് മനസ്സ് പ്രകമ്പനം കൊള്ളുമ്പോൾ, വലിഞ്ഞു മുറുകിയ മുഖത്ത് ഭാവ വ്യത്യാസം പോലും വരാതെ കാഴ്ചക്കാരുടെ മുന്നിൽ നിൽക്കുമ്പോൾ ഉണ്ടാകുന്ന ആ സമയത്ത് തോന്നുന്ന വികാരം...

ദേഷ്യം വരുമ്പോൾ എന്റെ ഉള്ളിൽ പ്രതിഫലിക്കുന്ന കാര്യങ്ങൾ പലപ്പോൾ ആയി ആ ദേഷ്യ സമയത്ത് ഞാൻ അത് വാക്കുകളിലൂടെ പകർത്തി.

നല്ല ചിന്തകൾ ഒന്നും ഇപ്പോൾ വരുന്നില്ല. പെട്ടന്ന് ദേഷ്യം വരുന്നു. ദേഷ്യം വരുമ്പോൾ തന്നെ അത് മനസ്സിലാകുന്നുണ്ട്. പക്ഷെ അത് ഉള്ളിൽ തന്നെ അടക്കി വയ്ക്കുമ്പോൾ തലയ്ക്ക് ഒരു പെരുപ്പ് വരും. ആ പെരുപ്പ് വരുമ്പോൾ ഒരു പ്രത്യേക അസ്വസ്ഥത തോന്നും. ഒരു വലിഞ്ഞ് മുറുകൽ പോലെ തോന്നും 'രണ്ട് ചെന്നിയുടേയും ഭാഗത്ത് ഒരു തരം എന്തൊക്കെയോ അടിഞ്ഞ് കൂടുന്നത് മനസ്സിലാവുന്നുണ്ട്. ആ സമയത്താണ് പൊട്ടിത്തെറിച്ച് സംസാരിക്കാൻ തോന്നുന്നത്. അങ്ങോട്ടും ഇങ്ങോട്ടും നടക്കാൻ തോന്നും 'ഇരിക്കുമ്പോൾ ഇരിപ്പ് വരില്ല. എന്തെങ്കിലും എടുത്ത് നശിപ്പിക്കാൻ തോന്നും.

ഉള്ളിൽ ഇപ്പോഴും ദേഷ്യ ചിന്തകൾ ഉണ്ട്. വിചാരിക്കുന്ന കാര്യം നടക്കാതെ വരുമ്പോഴാണ് ഈ ദേഷ്യം ഉണ്ടാവുന്നത്. ഇഷ്ടപ്പെടാത്ത കാര്യം കാണുമ്പോഴും ദേഷ്യം വരും. ആ ദേഷ്യം പ്രകടിപ്പിക്കാതെ അടക്കി വയ്ക്കുമ്പോൾ ആണ് വലിഞ്ഞ് മുറുകൽ ഉണ്ടാകുന്നത്.

തലയ്ക്കുള്ളിൽ അസ്വസ്ഥത ഉണ്ടാകുന്ന കാര്യങ്ങൾ ചുറ്റും

നടന്നുകൊണ്ടിരിക്കുമ്പോൾ ആണ് ദേഷ്യം ഉണ്ടാകുന്നത്. ഈ കാര്യങ്ങളെ കണ്ടില്ല എന്ന് നടിച്ച് നടക്കാൻ ശ്രമിക്കും. പക്ഷെ അപ്പോഴും ആ വലിഞ്ഞ് മുറുകൽ ഉണ്ടാവും. പുറത്തേക്ക് ഇറങ്ങി പോയാലും ഈ വലിഞ്ഞ് മുറുകൽ മാറില്ല. എന്തുകാര്യം ആണോ ചെയ്യുന്നത് അത് സന്തോഷം തരുന്നതാണെങ്കിൽ അത് ചെയ്യുക. അതേ കാര്യം മറ്റുള്ളവർക്ക് ബുദ്ധിമുട്ട് നൽകുന്നതാണെങ്കിലും ചെയ്യരുത്.

ചില കാര്യങ്ങൾ പറയുമ്പോൾ അത് പറഞ്ഞ് കഴിയുമ്പോൾ അത് കേൾക്കേണ്ട ആൾ കേൾക്കുമ്പോൾ എന്തോ ഒരു തൃപ്തി പോലെ തോന്നും. പക്ഷെ വീണ്ടും ഇതേ പോലെ അതിന്റെ ഇരട്ടിയായി കാര്യങ്ങൾ വീണ്ടും മനസ്സിലേക്ക് വരും. നമുക്ക് ആവശ്യമില്ലാത്തതാണ് എന്ന് അറിയാം. എന്നാലും അതിന് വേണ്ടി മെനക്കെട്ട് ബുദ്ധിമുട്ടി അത് ചെയ്യാൻ ശ്രമിക്കും. നമുക്ക് വിധിച്ചിട്ടില്ലാത്തത് ആയത് കൊണ്ടായിരിക്കും അത് ചെയ്യാൻ ശ്രമിക്കുമ്പോൾ ശ്രമം പാഴാകും, അപ്പോൾ വിധിയെ ജയിക്കാൻ വേണ്ടി വീണ്ടും ശ്രമിക്കും വീണ്ടും പരാജയപെടും, അങ്ങനെ ആണ് മാനസിക ബുദ്ധിമുട്ട് ഉണ്ടാകുന്നത്.

നമുക്ക് വിധിച്ചിട്ടില്ലാത്ത പല കാര്യങ്ങൾ ഒരേ സമയം ചെയ്യുമ്പോൾ പല പരാജയം ഉണ്ടാകുന്നു. ഈ ഉണ്ടാകുന്ന പരാജയങ്ങൾ മനസ്സിനെ നിരന്തരമായി മുറിവേൽപ്പിച്ച് കൊണ്ടേയിരിക്കുന്നു. ഈ പരാജയങ്ങൾ മൂലം ബുദ്ധിമുട്ട് അനുഭവിക്കേണ്ടി വരുന്നതും കർമ്മഫലം

നിരന്തരമായി പരാജയപ്പെടുമ്പോൾ മനസ്സിൽ വിരക്തി ഉണ്ടാകുന്നു. ഈ വിരക്തിയിലൂടെ ദേഷ്യം ഉണ്ടാകുന്നത്, ഈ ദേഷ്യത്തിന്റെ അളവ് കൂടുമ്പോൾ ആണ് മനോനില തെറ്റുന്നത്. മനോനില തെറ്റുമ്പോൾ വിപരീത പ്രവർത്തികൾ ചെയ്യാൻ ബുദ്ധി പ്രേരിപ്പിക്കുന്നു. സഹിക്കുക എന്നതേ മാർഗമുള്ളൂ...

തലയ്ക്കുള്ളിൽ അസഹനീയമായത് എന്തോ ഒന്ന്? തിങ്ങി നിറഞ്ഞ് നിൽക്കുന്നുണ്ട്, അത് ഒരു വിപരീത ഊർജ്ജം തന്നെയാണ് മനസ്സിലാകുന്നുമുണ്ട്. അത് അവശ്യമില്ലാത്തത് തന്നെ ആണ്. പക്ഷെ തലയ്ക്കുള്ളിൽ പുറകവശത്ത് മുകളിൽ തിങ്ങി നിൽക്കുന്നു. പുറത്തെടുത്ത് കളയാൻ അറിയില്ല. സൈക്കാട്രിസ്റ്റിന്റെ അടുത്ത് പോയാൽ അവർ ഗുളിക എഴുതി

ത്തരും. ആ ഗുളിക കഴിച്ചാൽ ഇത് മാറുമോ?

ഇത് നിറഞ്ഞ് നിൽക്കുമ്പോൾ ആണ് മടുപ്പ് തോന്നുന്നത്. തലയോട്ടി വെട്ടി പൊളിച്ച് ഇത് പുറത്തെടുത്ത് കളയുക എന്നത് എങ്ങനെ നടക്കും. ഇതൊക്കെ ആരോടെങ്കിലും പറയാൻ പറ്റുമോ? പറഞ്ഞാൽ ആർക്കെങ്കിലും മനസ്സിലാകുമോ? കേൾക്കുന്നവർ വട്ടാണെന്ന് പറയും. വട്ടാണെങ്കിൽ എല്ലാ കാര്യങ്ങളും ചെയ്യുമ്പോൾ ഇത് വരണ്ടേ?

പുനർ ആവിഷ്ക്കാരം നടത്താൻ ഒരിക്കലും പറ്റാത്ത ഒന്നാണ് അവരവരുടെ ജീവിതം' ജീവിതത്തിലേക്ക് തിരിച്ചു പോയി പുനർ ക്രമീകരണം നടത്തണം എന്ന് ആഗ്രഹിച്ചാൽ അതാണ് ഓരോരുത്തരുടേയും ജീവിതത്തിലെ ഏറ്റവും വേദനാജനകമായ ഒന്ന്.

കഴിഞ്ഞു പോയത് എന്തും കഴിഞ്ഞുപോയത് തന്നെയാണ്. നാളെ എന്താണ് സംഭവിക്കാൻ പോകുന്നത് എന്ന് നമുക്ക് അറിയില്ല. 'ഇന്ന് സംഭവിച്ച് കൊണ്ടിരിക്കുന്നത് നാളെ വേദനയും അതേപോലെ തന്നെ സന്തോഷവും, തരാൻ കഴിയുന്ന ഇന്നലെകളാണ്. ഇന്നലെകളിൽ സംഭവിച്ചത് ഒരു പക്ഷെ അറിവില്ലായ്മയിലൂടെ ആയിരിക്കാം. പക്ഷെ ഇന്ന് സംഭവിക്കുന്നതെല്ലാം അറിഞ്ഞുകൊണ്ട് തന്നെയാണ്. അറിഞ്ഞുകൊണ്ട് ചെയ്യുന്ന നല്ലത് നാളെ ഗുണമുള്ളതാകുന്നു. അറിഞ്ഞുകൊണ്ട് ചെയ്യുന്ന മോശം കാര്യങ്ങൾ നാളെ തിരുത്താനാവാത്ത കുറ്റ ബോധത്തിന് ഇടയാക്കുന്നു. ജീവിതത്തിലെ ഓരോ നിമിഷവും നല്ലതിനുവേണ്ടി മാത്രം മാറ്റി വയ്ക്കുയാണങ്കിൽ ഒരിക്കലും ദുഃഖിക്കേണ്ടി വരില്ല എന്നതാണ് വാസ്തവം. ഓരോ നിമിഷത്തെ ചിന്തകൾക്കു പോലും വലിയ പ്രാധാന്യമുണ്ട്. വൈകാരികമായി എന്തെങ്കിലും ഒന്നിനോട് നമുക്ക് കൂടുതൽ ആസക്തിയോ, ആകർഷണമോ തോന്നുന്നു എങ്കിൽ അത് ഭാവിയിൽ വേദനിക്കാൻ മാത്രം ഉള്ളതാണ്.

മറവിയും, ഓർമ്മക്കുറവും

എന്ത് കൊണ്ട് ഇത് രണ്ടും ഉണ്ടാകുന്നു. ചിലർ അവനവന്റെ ജീവിതത്തിലെ പ്രധാനപ്പെട്ട ദിവസങ്ങൾ ഓർമ്മയിൽ കൊണ്ട്

നടക്കുന്നു. ഓർമ്മക്കുറവ് എന്നത് ഒരു ശീലം ആണ് മറവിയും അത് പോലെ തന്നെ. തലച്ചോറിൽ ഓർമ്മകൾ സൂക്ഷിച്ച് വച്ചിരിക്കുന്ന അലമാരിയിൽ അടുക്കും ചിട്ടയുമില്ലാതെ ഓർമ്മകൾ കുന്നുകൂടി കിടക്കുന്നത് കൊണ്ടാണ് ഇങ്ങനെ ഉണ്ടാകുന്നത്.

നല്ല നല്ല ഓർമകളും, വേണ്ട ഓർമകളും വേണ്ടാത്ത ഓർമകളും, ആർക്കും വേണ്ടാത്ത ഒരാവശ്യവും ഇല്ലാത്ത ഓർമ്മകളും തിക്കി നിറച്ച് സൂക്ഷിച്ചിരിക്കുന്നത് കൊണ്ടാണ് മറവിയും, ഓർമ്മക്കുറവും ഉണ്ടാകുന്നത്. ശരിക്കും ഓർമ്മകളെ എല്ലാം ഡിലേറ്റ് ചെയ്യാൻ കഴിഞ്ഞാൽ അതാണ് ഏറ്റവും നല്ലത് പക്ഷെ നമുക്ക് ഈ പ്രോസസ് അറിയില്ല. ഇതിൽ വേണ്ടാത്ത ഓർമകളെയും, ആവശ്യമില്ലാത്ത ഓർമകളേയും എങ്കിലും നീക്കം ചെയ്യാൻ കഴിഞ്ഞാൽ ഒരു പരിധി വരെ മറവി പരിഹരിക്കാം. ആയിരക്കണക്കിന് കാര്യങ്ങൾ ഓർത്ത് നടക്കുന്ന ഒരാൾക്ക് കൃത്യമായി ഒരു കാര്യവും ഓർത്ത് വയ്ക്കാൻ സാധിക്കില്ല. ഇതിനെയാണ് ഓർമ്മക്കുറവ് എന്ന് പറയുന്നത്. ഈ ഓർമ്മക്കുറവിനെക്കുറിച്ച് ബേജാറായാൽ ഇത് കൂടുതൽ കൂടുതൽ വഷളാവുകയേ ഉള്ളൂ.

തെറ്റായ ജീവിത ശൈലിയിൽ നിന്നാണ് ഓർമ്മകുറവ് ഉണ്ടാകുന്നത്. ജീവിതത്തിൽ എപ്പോഴും ഓർത്തുകൊണ്ട് നടക്കുന്ന തെറ്റായ ഓർമകൾ ആണ് ജീവിതത്തെ വിപരീതമായി ബാധിക്കുന്നത്. നമ്മുടെ ഓർമ്മകളെ ശരിയായ രീതിയിൽ ക്രമീകരിക്കുക അല്ലങ്കിൽ ആവശ്യമില്ലാത്തവ നീക്കം ചെയ്യുക എന്നത് അത്ര എളുപ്പമുള്ള കാര്യമല്ല. മെഡിറ്റേഷനിലൂടെ അല്ലാതെ ഈ പ്രോസസ് നടക്കുകയില്ല

മാറ്റം

പ്രപഞ്ചസത്യം എന്നത് സ്ഥായിയായി നിലകൊള്ളുന്ന ഒന്നാണ് അതിന് മാറ്റം എന്നത് ഇല്ല

അപ്പോൾ എന്താണ് മാറ്റം?

പ്രപഞ്ചത്തിൽ വ്യത്യസ്ഥമായത് എന്തെങ്കിലും ഉണ്ടോ? എന്റ നോട്ടത്തിൽ ഒന്നും തന്നെ ഇല്ല. മനുഷ്യർ മനുഷ്യ ചിന്തകളിൽ നിന്നും ഉരുത്തിരിഞ്ഞ് വന്ന സാങ്കേതിക വിദ്യ ഉപയോഗിച്ച് സ്വാർത്ഥ താല്പര്യങ്ങൾക്കുവേണ്ടി മനുഷ്യർ അവരവർക്ക് പറ്റുന്ന

രീതിയിൽ മാറ്റങ്ങൾ വരുത്താൻ ശ്രമിച്ചിട്ടുണ്ട്. ഒരുപാട് അതിൽ പരാജയപ്പെട്ടിട്ടുമുണ്ട്, ഒരുപാട് പേർ വിജയിച്ചിട്ടുമുണ്ട്. വിജയിച്ചവരുടെ എല്ലാം പേര് ചരിത്ര ഫലകങ്ങളിൽ കൊത്തിവച്ചിട്ടുണ്ട്. ആ പ്രതിഭാസം ഇന്നും തുടരുന്നു. പുരോഗമനത്തിന്റെ പാതയിൽ സ്വയം പുരോഗമിച്ച് നിൽക്കുന്നു എന്ന് സ്വയം അവകാശപ്പെടുന്ന ഈ കാലത്ത് ടെക്നോളജിയുടെ സഹായമില്ലാതെ ജീവിക്കുക എന്നത് അസാധ്യമാണ്. ഞാൻ ഇത് എഴുതി മറ്റുള്ളവരിലേക്ക് എത്തിക്കുന്നത് പോലും ആ സംവിധാനം ഉപയോഗിച്ചാണ്.

സ്വയം നന്നാവണം... സ്വയം മാറണം... എന്ന് ഗുരുജി ഇന്ന് ക്ലാസിൽ പറയുന്നു.

ഞാൻ സ്വയം ഒന്ന് ആത്മവിശകലനം നടത്തി നോക്കി. ഗുരു പറയുന്നത് 100 % ശരി തന്നെ. എന്ത് മാറ്റം ആണ് എന്നിൽ വന്നിരിക്കുന്നത്? ഒന്നും തന്നെ ഇല്ല.

മുൻകാല ജീവിതത്തിൽ നിന്നും എന്തോ ഒരു മാറ്റം സംഭവിച്ചിട്ടുണ്ട് എന്ന് ഞാൻ സ്വയം അവകാശപ്പെടുന്നു. സത്യത്തിൽ വെറുതേയാണ്. ആത്മാർത്ഥമായി ഗുരുതത്വത്തിലുടെ ജീവിക്കുമ്പോൾ എന്നിൽ മാറ്റം സംഭവിക്കുന്നുണ്ട് അത് സത്യമാണ്. ഗുരുതത്വത്തിൽ നിന്ന് എപ്പോഴൊക്കെ ഞാൻ വ്യതിചലിക്കുന്നുവോ, അപ്പോഴൊക്കെ ഞാൻ ആ പഴയ ആളാവുന്നുണ്ട്.

പരിശുദ്ധത, നിഷ്ക്കളങ്കത ഈ വാക്കുകളുടെ ശരിയായ പ്രസക്തി മനസ്സിലാക്കേണ്ടത് ഇവിടെയാണ്.

ശരിയായ മാറ്റം എന്നിൽ സംഭവിച്ചിട്ടില്ല എന്നത് വേദനയോടെയും, കുറ്റബോധത്തോടെയും ഞാൻ മനസ്സിലാക്കുന്നു. ചെറിയ ഒരു ശതമാനം എന്തൊക്കെയോ മാറ്റം സംഭവിച്ചിട്ടുണ്ട്. അത്രമാത്രം. എന്റെ പഴയകാല വാസനകൾ നിമിത്തം എനിക്ക് സ്വയം മാറ്റം വരുത്താൻ തന്നെ പെടാപ്പാട് പെടുകയാണ്. വാസനകൾക്ക് പ്രായത്തിൻെറ അത്രയും ദൈർഘ്യമുണ്ട്. ഒരു ദിവസം മുന്നേ നമുക്ക് മാറാൻ കഴിഞ്ഞാൽ അത്രയും വാസനകളെ കുറച്ച് സഹിച്ചാൽ മതി.

4 പേർ അടങ്ങുന്നതാണ് എന്റെ കുടുംബം. അതിൽ ബാക്കി മൂന്ന് പേരിൽ മാറ്റം വരുത്തണം. ആദ്യപടി എന്നത് ഞാൻ മാറണം എന്നിട്ട് എന്റെ കുടുംബത്തിൽ ആ മാറ്റം കൊണ്ടുവരണം അതിനുശേഷം ഞങ്ങളുടെ കുടുംബത്തിലെ കണ്ണികളായി

ട്ടുള്ളവരിൽ ഈ മാറ്റം പ്രതിഫലിപ്പിക്കണം. അതിനുശേഷം സമൂഹത്തിൽ ഒരാളെയെങ്കിലും അല്ലങ്കിൽ ഒരാൾക്കെങ്കിലും മാറ്റം വരുത്താൻ കഴിഞ്ഞാൽ ഏറ്റവും വലിയ പുണ്യ പ്രവർത്തിയായി കരുതുന്നു.

'മനമലർ കൊയ്ത് മഹേശപൂജ ചെയ്യുന്നവന് വേറെ വേല വേണ്ട' എഴുതിയതിൽ പിശക് ഉണ്ടോ എന്നറിയില്ല ഗുരു പറഞ്ഞതാണ്.

ഓം തസ്മൈ ശ്രീ ഗുരവേ നമഃ

നമ്മുടെ സംസ്ക്കാരം, രീതി, ശൈലി എന്നതിന് ഒരുപാട് പ്രാധാന്യം ഉണ്ട്. അതിൽ ഒരു സംസ്ക്കാരമാണ് ശവത്തോട് കാണിക്കുന്ന ശവസംസ്കാരം.

'അഭ്യസ്തവിദ്യരായ ശവം തീനികളായ ഒരു കൂട്ടം ജനതയുടെ ശവംതീറ്റ എന്ന 'ശവ' സംസ്ക്കാരം.

ജനിച്ച് വളർന്ന പരിതസ്ഥിതിയും, സമൂഹത്തിൽ നിന്നും കിട്ടിയ അറിവില്ലായ്മയിലും സ്വയം തിരിച്ചറിയാൻ കഴിവില്ലാ തിരുന്നതിനാലും, അന്നത്തെ സാഹചര്യം എനിക്കും ശവം തിന്നേണ്ടി വന്നിട്ടുണ്ട്. മുതിർന്നപ്പോൾ അത് ശീലമായി. 25 വർഷങ്ങൾക്ക് മുമ്പ് ഒരു പ്രകൃതി ചികിൽസാ കേന്ദ്രത്തിൽ വച്ച് 'ശവക്കറി ' എന്ന പദം കേട്ടതാണ്. പക്ഷെ അന്ന് അത് മൈൻഡ് ചെയ്തില്ല. അന്ന് അത് ചൊവിക്കൊണ്ടിരുന്നെങ്കിൽ എന്നത് ഇന്ന് വളരെ വേദനയോടും, കുറ്റബോധത്തോടെയും, ഓർക്കുന്നു. ശവം തീറ്റ എന്ന മഹാപാതകം ശരീരത്തേയും, മനസ്സിനേയും, തലച്ചോറിനേയും, ബുദ്ധിയേയും, ഇന്ദ്രിയങ്ങളേയും ഒക്കെ എത്രത്തോളം ബാധിക്കുന്നു എന്ന ഞെട്ടിപ്പിക്കുന്ന സത്യം മനസ്സിലാക്കിയപ്പോഴേക്കും ലോഡുകണക്കിന് ശവം തിന്ന് സായൂജ്യമടഞ്ഞ് കഴിഞ്ഞു.

ജീവനും, സാക്ഷിയും, ബോധവും, ഉള്ള ഒരു ജീവിയെ കൊല്ലുന്നതിന് മുമ്പ് ആ ജീവി അനുഭവിക്കുന്ന ബുദ്ധിമുട്ടും, പിടപ്പും എന്താണന്ന് മനസ്സിലാവണമെങ്കിൽ നമ്മുടെ കഴുത്തിൽ ആരങ്കിലും കത്തി വയ്ക്കണം. ഒരു ജീവിയെ കൊല്ലുന്ന സമയത്ത് ആ ജീവി പിടഞ്ഞ് മരിക്കുമ്പോൾ ഉണ്ടാകുന്ന വേദന മനുഷ്യൻ തിരിച്ചറിയുന്നില്ല. മനുഷ്യരെ കൊല്ലുമ്പോൾ മനുഷ്യന്

ധാർമ്മികരോഷം ഉണ്ടാകുന്നുണ്ട്. ഈ മനുഷ്യൻ തന്നെ മറ്റ് ജീവജാലങ്ങളെ കൊന്ന് തിന്നുന്നു.

ഇറച്ചിയും മീനും നുറുക്കി കഴുകുമ്പോൾ കയ്യിൽ പറ്റിപ്പിടിക്കുന്ന നെയ്മയവും ഉളുമ്പ് മണവും എത്ര സോപ്പിട്ട് കഴുകിയാലും തൃപ്തി വരില്ല. കഴിക്കുമ്പോൾ ഇതിന്റെ അംശവും, അംശത്തിന്റെ പാപഫലവും, കർമ്മഫലവും ഓരോ കോശങ്ങളിൽ വരെ എത്തുന്നു. കോശങ്ങളിൽ നിന്ന് അത്മാവിലേക്കും.

ശരീരത്തെ കത്തിച്ച് കളയാൻ പറ്റും. ആത്മാവിനെ??

വഴിയിൽ ഏതെങ്കിലും ഒരു ജീവി ചത്തുകിടക്കുമ്പോൾ ഉണ്ടാകുന്ന ദുർഗന്ധം സഹിക്കാൻ വയ്യാതെ മനുഷ്യർ മൂക്ക് പൊത്തുകയും, ഓക്കാനിക്കുകയും ഒക്കെ ചെയ്യുന്നു. ചീഞ്ഞളിഞ്ഞ ഇതേ ശവം തന്നെ മസാല പുരട്ടി എണ്ണയിൽ വറുത്ത് പൊരിച്ച്, കൊടുക്കുകയാണെങ്കിൽ മൂക്ക് മുട്ടെ തിന്നുകയും ചെയ്യും. കാട്ടിലെ മൃഗങ്ങളെയും പക്ഷികളെയും കൊല്ലാൻ പാടില്ല. നാട്ടിലെ ചില മൃഗങ്ങളെയും, പക്ഷികളേയും, മറ്റും കൊല്ലുന്നതിനും, കൊന്ന് തിന്നുന്നതിനും തടസമില്ല. എന്തൊരു വിരോധാഭാസമാണ്.

വിദ്യാഭ്യാസവും, വിവരവും, വിവേകവും, പക്വതയും എല്ലാം കൊണ്ടും യോഗ്യരാണ് മനുഷ്യർ. ശാസ്ത്ര സാങ്കേതികവിദ്യയിൽ കഴിവ് തെളിയിച്ചിട്ടുമുണ്ട്. പക്ഷെ മനുഷ്യർ പേടിത്തൊണ്ടൻമാരാണ്. മനുഷ്യന്റെ രോമത്തിന്റെ വലിപ്പം പോലുമില്ലാത്ത ജീവികളെ പോലും മനുഷ്യന് പേടിയാണ്. ഒരു കൊതുക് കൺവെട്ടത്ത് വരുമ്പോഴേ നിഷ്ക്കരുണം തല്ലിക്കൊന്ന് കളയുകയാണ്. ലോകത്തുള്ള സർവത്ര കൊതുകുകളും കൂടി മനുഷ്യരെ കടിക്കാൻ വരുന്നില്ല? അപ്പോൾ എന്തോ ഒന്ന് ചിന്തിക്കേണ്ടത് ഉണ്ട്. ചിലപ്പോൾ ഉത്തരം എഴുത്തിന്റെ രൂപത്തിൽ വന്നേക്കാം. നമ്മൾ അലക്ഷ്യമായി നടക്കുമ്പോഴും, ഇരിക്കുമ്പോഴും ഒക്കെ എത്ര ജീവനുകളാണ് പൊലിഞ്ഞ് പോകുന്നത്. എത്രയോ ജീവനുകളെ ചവിട്ടി അരയ്ക്കുന്നു. നമ്മുടെ എല്ലാവരുടെയും വീടുകളിൽ നടക്കുന്ന മനുഷ്യർ വളരെ നിസാരം എന്ന് കരുതുന്ന കൊടും പാതകത്തിന്റെ ചെറിയ ഒരംശം ഞാൻ ഇവിടെ കുറിക്കുകയാണ്. മിക്ക ആളുകളും നിത്യം ചെയ്യുന്ന കാര്യമാണ് ചായ കുടിച്ച ഗ്ളാസ് അലക്ഷ്യമായി വച്ചിട്ട് പോകുന്നു. ഉറുമ്പുകൾ

വന്ന് ഗ്ലാസിൽ നിറയുന്നു ആ ഗ്ലാസ് എടുത്തുകൊണ്ട് പോയി കഴുകുന്ന വ്യക്തി യാതൊരു ദാക്ഷിണ്യവും ആ പാവം ഉറുമ്പുകളോട് കാണിക്കുന്നില്ല. ഗ്ലാസ് കഴുകുന്നതോടൊപ്പം ഉറുമ്പുകളേയും കൊന്നൊടുക്കുകയാണ്. ഒരു ദിവസം ഇരുണ്ട് വെളുക്കുമ്പോൾ എത്രയെത്ര പാതകങ്ങൾ ചെയ്തു കൂട്ടുന്നു. മൃഗ സംരക്ഷണം എന്ന കോപ്രായം നടത്തുന്നു. സ്വന്തം ആത്മസുഖത്തിനായി പക്ഷിമൃഗാദികളെ ബന്ധനസ്ഥരാക്കിയും, കൂട്ടിലടച്ചിട്ടും പീഡിപ്പിക്കുന്നു. പശുവളർത്തൽ എന്ന പേരിൽ നടക്കുന്ന മറ്റൊരു ക്രൂരത ഉണ്ട്. ഒരു പശുവിനെ വളർത്തി അതിന്റെ അകിടിൽ നിന്ന് വരുന്ന അവസാനതുള്ളിയും വലിച്ച് പിഴിഞ്ഞെടുത്ത് വിൽപ്പന നടത്തി അവനവന്റെ കാര്യം സാധിക്കുന്നു.

ഗോ പരിപാലനം ഐശ്വര്യം തരുന്ന ഒന്നാണ് പക്ഷെ അതിനെ മനുഷ്യർ വാണിജ്യവൽക്കരിച്ചിക്കുന്നു. തെറ്റ് പറയാൻ പറ്റില്ല പാലും പാലുൽപ്പന്നങ്ങളുമില്ലാതെ മനുഷ്യന് ജീവിക്കാൻ കഴിയില്ല. കുറേ അധികം പേർ ക്ഷീര കർഷകർ ആയി ജീവിക്കുന്നുമുണ്ട്.

ഏറ്റവും അവസാനം ഈ കറവ വറ്റിയ ഈ പാവം മൃഗത്തെ അറവുകാരന് വിൽക്കുന്നു. യാതൊരു മന:സ്ഥാപവുമില്ല. ഒന്നോർത്തുനോക്കൂ ആ പശുവിന്റെ പാലു കുടിച്ച കുഞ്ഞുങ്ങൾക്ക് വരെ അതിന്റെ ഭവിക്ഷ്യത്ത് അനുഭവിക്കേണ്ടിവരും.

ഗുരുതത്വത്തിൽ വന്നതിന് ശേഷമാണ് ഉറുമ്പുകളെ ശ്രദ്ധിക്കാൻ തുടങ്ങിയത് കാണുമ്പോൾ സൂഷ്മ ജീവികൾ ആണങ്കിലും ഉറുമ്പുകളുടെ ജീവിതത്തിന് വിവരിക്കാനാവത്ത പല പ്രത്യേകതകളും ഉള്ളതായി തോന്നുന്നു. ഉറുമ്പുകളുടെ മാത്രമല്ല സർവ്വ ചരാചരങ്ങളുടേയും പ്രത്യേകത മനസ്സിലാക്കിച്ച് തരാൻ പ്രപഞ്ചത്തിന് കഴിയുമെന്ന് ഞാൻ വിശ്വസിക്കുന്നു.

ഓം തസ്മൈ ശ്രീ ഗുരവേ നമഃ

പണ്ട് മുതലേ ഉണ്ടായിരുന്നു എങ്കിലും മനസ്സിലാക്കാൻ അറിയില്ലായിരുന്നു. അതിന് ഒരു വ്യക്തത വന്നത്ത് ഇപ്പോഴാണ്.

എന്റെ വ്യക്തിപരമായ കാര്യങ്ങളിൽ ഇത് സംഭവിക്കാറില്ല. മറ്റുള്ളവരുടെ കാര്യത്തിൽ ഇത് സംഭവിക്കാറുണ്ട്. എന്തെങ്കിലും ഒരു പ്രത്യേകകാര്യം അറിഞ്ഞോ, അറിയാതെയോ, നല്ലതോ,

ചീത്തയോ ഞാൻ പറയുകയോ, മനസ്സിൽ വിചാരിക്കുകയോ ചെയ്താൽ അത് അത് പോലെ തന്നെ സംഭവിക്കുന്നു. ഒരു ചെറിയ ഉദാഹരണം പറയാം... നടന്ന സംഭവം ആണ്.

ഞാൻ മനസ്സിൽ വിചാരിക്കുന്ന കാര്യം യാഥാർത്ഥ്യം ആകുന്ന സത്യം ഞാൻ ഞെട്ടലോടെ തിരിച്ചറിഞ്ഞു. രണ്ടാം ഘട്ട മെഡിറ്റേഷനിൽ, മൂൺ മെഡിറ്റേഷനിൽ ഞാൻ ഫ്രീസ് ആയി പോയി. വീട്ടുകാരുടെ ബുദ്ധിമുട്ടു കണ്ടതിനാലും, സംഗതിയുടെ ഗൗരവം മനസ്സിലാക്കി ആവാം എനർജി കൂടിപ്പോയി എന്ന കാരണത്താൽ ഗുരുജി എന്റെ മെഡിറ്റേഷൻ നിർത്തി വയ്ക്കാൻ ആവശ്യപ്പെട്ടു. ഭാര്യ വന്നതിന് ശേഷം മെഡിറ്റേഷൻ തുടങ്ങിയാൽ മതി എന്ന് പറഞ്ഞു. എന്നെ സംബന്ധിച്ചിടത്തോളം മെഡിറ്റേഷൻ ചെയ്യാതിരിക്കുക എന്നത് വളരെ വേദനാജനകമാണ്. എന്ത് ചെയ്യാനാകും ഭാര്യയും ഭർത്താവും ഒരുമിച്ച് ചെയ്യേണ്ട കാര്യമാണ്. മെഡിറ്റേഷൻ ചെയ്യാതിരുന്നാലുള്ള അവസ്ഥ ഉറപ്പായായിട്ടും എനിക്ക് ഭ്രാന്ത് പിടിക്കും. (ഭ്രാന്ത് എന്ന പദം ഉപയോഗിച്ചിരിക്കുന്നത് ആ സമയത്തെ എന്റെ വികാരത്തിന്റെ തീക്ഷണത ഊന്നി പറയാൻ വേണ്ടി ഉപയോഗിച്ച വാക്കാണ് മെഡിറ്റേഷൻ ചെയ്യാത്തവർ ആദ്യമായി വായിക്കുന്നവർ ആ ഒരു പദം കണ്ട് തെറ്റിദ്ധരിക്കപ്പെട്ടേക്കാം) എന്ത് ചെയ്യണം എന്നറിയാതെ വിഷമിച്ച് ഇരിക്കുകയാണ്. ഒന്നിനോടും ഒരു താൽപര്യം ഇല്ല.

ഞാൻ പെട്ടെന്ന് ഒരു തീരുമാനമെടുക്കുകയാണ്. ഇനി എന്റെ ജീവിതത്തിൽ യാതൊരു തരത്തിലും ഉള്ള സന്തോഷം ആവശ്യമില്ല.

ഞാൻ എന്റെ എല്ലാ വിധ സന്തോഷങ്ങളേയും ത്യജിക്കാൻ തീരുമാനിച്ചു.

സംഗതി ഞാൻ ജീവിതത്തിൽ നടപ്പിലാക്കി. ഒന്ന് രണ്ട് ദിവസം ആകെ വിഷണ്ണതയോടെ കടന്ന് പോയി. എന്തോ ഒരു വലിയ നെഗറ്റീവ് എനർജി ബാധിച്ചത് പോലെ മനസ്സ് മുഴുവൻ ഒരു തരം അന്ധകാരം നിറഞ്ഞ വല്ലാത്ത ഒരു ഭാരം തിങ്ങിയ, ഒരു തരം വീർപ്പുമുട്ടൽ. പ്രപഞ്ചം എന്ന ആ വലിയ സത്യത്തെ ഞാൻ തിരിച്ചറിഞ്ഞു. ഗുരു എന്ന രണ്ടക്ഷരത്തിന്റെ മാഹാത്മ്യം പ്രപഞ്ചം എനിക്ക് മനസ്സിലാക്കി തന്നു.

മാർച്ച് 12 രാവിലെ ഒരു 10 മണി സമയം ഞാൻ വിഷാദ

ത്തോടെ ജനലിലൂടെ കിഴക്കോട്ട് നോക്കി ഇങ്ങനെ ഇരിക്കുകയാണ്. മൊബൈലിൽ ഒരു കാൾ വരികയാണ് ആശ്രമത്തിൽ നിന്ന് ഹരിയേട്ടനാണ്. കാൾ അറ്റന്റ് ചെയ്തു സംസാരിക്കവേ ഹരിയേട്ടന്റെ ശബ്ദത്തിന് പൊടുന്നനെ ഒരു മാറ്റം. വളരെ ശാന്തമായ ആ സ്വരം തിരിച്ചറിഞ്ഞ ഞെട്ടലിൽ ചാടി എഴുന്നേറ്റു നിന്നു. ഒരു നിമിഷത്തേക്ക് തൊണ്ടയിൽ നിന്ന് ഒന്നും പുറത്തേക്ക് വന്നില്ല. ആ സ്വരം ചെവിയിലൂടെ കയറി താഴേക്ക് ഒഴുകി ഹൃദയത്തിലേക്ക് വന്നത് ഞാൻ അറിഞ്ഞു. എന്റെ ഉള്ളിൽ നിറഞ്ഞിരുന്ന ആ വിപരീത എനർജി എങ്ങോട്ട് പോയി എന്ന് എനിക്ക് പോലും മനസ്സിലാകുന്നില്ല. ആ സ്വരം മറ്റാരുടേതും ആയിരുന്നില്ല എന്റെ ഗുരുവിന്റേത് ആയിരുന്നു.

ഇന്ന് 19.03.2025 ബുധൻ മെഡിറ്റേഷൻ നിർത്തിവച്ചിട്ട് 13 ദിവസം പിന്നിടുന്നു. എന്റെ നെഞ്ചിൽ ഒരു തരത്തിലുള്ള ദുഃഖഭാരവുമില്ല. 80 ലക്ഷത്തോളം സാമ്പത്തിക ബാധ്യത ഉള്ള ആളാണ് ഞാൻ. ബിസ്സിനസ്സ് നടക്കുന്നില്ല, വർക്ക് നടക്കുന്നില്ല. വാടക കൊടുക്കാൻ പറ്റുന്നില്ല. ജോലിക്ക് ആളെ കിട്ടുന്നില്ല. മുമ്പ് ചെയ്തതിന്റെ പൈസ പോലും ആരും തരുന്നില്ല. സത്യം പറഞ്ഞാൽ ആസനത്തിൽ ഒരു ശൂലം കയറ്റി വച്ച് നടന്നിരുന്ന ആളായിരുന്നു ഞാൻ. അല്ലങ്കിൽ അടുപ്പ് കത്തിച്ച് അതിന്റെ മുകളിൽ കയറ്റി ഇരുത്തിയാൽ ഉള്ള അവസ്ഥ. ഇപ്പോൾ എന്റെ മനസ്സ് വളരെ ഫ്രീ ആണ്. വളരെ ശാന്തമാണ്. ആ ശാന്തത ഞാൻ അനുഭവിച്ചറിയുന്നു.

ഇനി വിഷയത്തിലേക്ക് വരാം. ഭാര്യ വരാതെ മെഡിറ്റേഷൻ ചെയ്യാൻ പറ്റില്ല. ഗുരുവിന്റെ നിർദേശം പാലിക്കുക എന്നതാണ് ശിഷ്യധർമ്മം. പക്ഷെ എനിക്ക് മെഡിറ്റേഷൻ ചെയ്യണം അനുഭവം വേണം. ഞാൻ ബാല്യത്തിലെ എന്റെ നിഷ്ക്കളങ്കതയിലേക്ക് പോയി. ഞാൻ മനസ്സ് തുറന്നു എഴുതുകയാണ് ഇതിൽ കള്ളത്തരം ഇല്ല. എന്റെ ഗുരുവിന് ദോഷം വരുന്ന ഒരു കാര്യവും ഞാൻ ചെയ്യുകയുമില്ല. പണ്ടേ ദിവാസ്വപ്നം കാണുന്ന പതിവ് ഉണ്ടായിരുന്നു. കല്യാണം കഴിഞ്ഞതിനുശേഷം ഞാൻ അത് കണ്ടിട്ടില്ല. ഇപ്പോൾ വീണ്ടും അത് തുടങ്ങിയിരിക്കുന്നു. അപ്പോൾ അതിന്റെ അർത്ഥം ശരിക്കും കുട്ടി ആയി എന്നാണോ? അറിയില്ല. പക്ഷെ ഒരു കാര്യമുണ്ട്. കുട്ടിക്കാലത്ത് മനസ്സിൽ തോന്നിയിട്ടുള്ള

അനുഭവതലം ഇപ്പോൾ തിരിച്ചറിയുന്നു. ഉദാ: മഴ പെയ്യുമ്പോൾ മനസ്സിൽ തോന്നിയിരുന്ന ഒരു ഫീൽ ഉണ്ട്. അങ്ങനെ അങ്ങനെ പലതും മനസ്സിൽ കൂടി കടന്നുപോകുന്നുണ്ട്.

ഇനി വിഷയത്തിലേക്ക് വരാം. ഞാൻ വെറുതേ പോലും ചിന്തിക്കുന്ന കാര്യം നടക്കുന്നുണ്ട്. ഞാൻ കഴിഞ്ഞ ദിവസം വണ്ടി ഓടിച്ച് ഇങ്ങനെ പോവുകയാണ് മനസ്സ് വേറെ വഴിയിലൂടെ പോകുന്നു. വണ്ടി പോകുന്നത് എനിക്ക് പോകേണ്ട സ്ഥലത്തേക്കാണ്. മനസ്സ് പോയിരിക്കുന്നത് മെഡിറ്റേഷനിലേക്കാണ്. എന്റെ മനസ്സിൽ വരുന്നത് ഇങ്ങനെ ആണ്. ഞാൻ മെഡിറ്റേഷൻ ചെയ്യുകയാണ്, ചെയ്യുന്നതിന്റെ ഇടയിൽ ഞാൻ എഴുന്നേറ്റ് നിന്ന് ചെണ്ട കൊട്ടുകയാണ്, ശേഷം എനിക്ക് പോലും വഴങ്ങാത്ത ശ്ലോകം ചൊല്ലുന്നു... പാട്ട് പാടുന്നു...

ഇന്ന് എനിക്ക് SMS ഗ്രൂപ്പ് നോക്കാൻ സമയം കിട്ടിയില്ല. വൈകിട്ട് 5.31 pmന് യാദൃശ്ചികമായി ഗ്രൂപ്പിലെ വോയിസ് മെസേജ് കേൾക്കുന്നു. പ്രമോദൻ PV എന്ന ആളിന്റെ വോയിസ് മെസേജ് ആണ് കേൾകുന്നത്. ഞാൻ മനസ്സിൽ ചിന്തിച്ചത് അതേ പോലെ. വല്ലാത്ത അശ്ചര്യം തോന്നി. അപ്പോൾ തന്നെ അതിന് റിപ്ലേ ടൈപ്പ് ചെയ്യാൻ തുടങ്ങി. പെട്ടന്ന് ഗ്രൂപ്പ് ബ്ളോക്ക് 6 pm. അർച്ചനാജി ഗ്രൂപ്പ് ബ്ളോക്ക് ചെയ്തു. ടൈപ്പ് ചെയ്യലും നിന്നു.

അച്ഛൻ

എനിക്ക് 20 വയസുള്ള മകളും, 13 വയസുള്ള മകനും ഉണ്ട്. മകൾ സൈക്കോളജി വിദ്യാർത്ഥിനി ആണ്. പുരോഗമനപാതയിൽ ചിന്തിച്ചിരുന്ന ഒരച്ഛൻ എന്ന നിലയിൽ മകളുടെ ഇഷ്ടങ്ങൾക്ക് പൂർണ്ണ പിന്തുണ നൽകിയിരുന്നു. ഒന്നും അടിച്ചേൽപ്പിക്കാതെ സ്വയം മനസ്സിലാക്കട്ടേ എന്ന് കരുതി. സ്വാതന്ത്ര്യത്തിന്റെ വിഹായസിൽ പറന്ന് നടക്കാൻ പറ്റിയ വിധം അവളുടെ ചിറകുകൾ സജ്ജമാക്കി കൊടുത്തു. മക്കളുടെ ആവശ്യങ്ങൾ ഏത് വിധേനയും സാധിച്ചുകൊടുക്കുക എന്നത് ഒരച്ഛൻ എന്ന നിലയിൽ ആവേശമായിരുന്നു. അവരുടെ മുഖത്ത് മിന്നിമറയുന്ന സന്തോഷത്തിന്റെ ഭാവങ്ങൾ ദർശിക്കുമ്പോൾ എന്റെ പഴയ കുട്ടിക്കാലം ആത്മനൊമ്പരത്തോടെഓർമ വരുമായിരുന്നു...

സ്വന്തം മക്കളുടെ കാര്യങ്ങൾ കണ്ടറിഞ്ഞ് ചെയ്യുക എന്നത് ഒരച്ഛന്റെ കടമയും, കർത്തവ്യവുമാണ്. പക്ഷെ അവനവന്റെ കാര്യസാദ്ധ്യത്തിന് വേണ്ടിയുള്ള ഒരു ഉപകരണമാണോ അച്ഛൻ എന്നത് എന്ന് ചില സമയങ്ങളിൽ തോന്നിപോകുന്നു. അച്ഛൻ ഉണ്ടെങ്കിലും ഇല്ലെങ്കിലും അവരുടെ ആവശ്യങ്ങൾ കൃത്യമായി നടക്കും എന്നതാണ് സത്യം. അച്ഛൻ സഞ്ചരിക്കുന്നത് ഒരു നൂൽപ്പാലത്തിലൂടെ ആണെന്ന് അവർ ഇത് വരെ മനസ്സിലാക്കി യിട്ടില്ല എന്ന് തോന്നുന്നു. ജീവിതത്തിലെ പല പ്രതിസന്ധി ഘട്ട ങ്ങളേയും സന്ധിക്കേണ്ടി വന്നിട്ടുണ്ട്. ഒരാശ്വാസ വാക്ക് പ്രതീ ക്ഷിച്ചു കിട്ടിയില്ല. മനസ്സിനേറ്റ മുറിവുകൾ വളരെ വലുതാണ്.

ഒരിക്കൽ ഗുരുമ ക്ലാസ്സിൽ പറയുന്നു നെഞ്ചിലേക്ക് കാഠാര കുത്തിയിറക്കുന്നത് പോലെ തോന്നുന്ന വേദന. അത് ഒരു വേദന തന്നെയാണ്, വല്ലാത്ത ഒരു നൊമ്പരം ആണ്... ആത്മ നൊമ്പരം എന്ന് വിശേഷിപ്പിക്കാം. ആ നൊമ്പരം അനുഭവിച്ചിട്ടുള്ളവർക്ക് മാത്രമേ അത് മനസ്സിലാകൂ. കുറേയേറെ വർഷങ്ങളായി ഈ ആത്മ നൊമ്പരങ്ങളിലൂടെ ആയിരുന്നു യാത്ര.

പകലുകളെ എങ്ങനെ എങ്കിലും ഒക്കെ തള്ളി നീക്കാം. സായാഹ്നങ്ങൾ ശോകമായിരിക്കും. രാവ് അതിലേറെ ദുസ്സഹവു മായിരിക്കും. ഉറക്കം വരാതെ തിരിഞ്ഞും മറിഞ്ഞും കിടന്നു നേരം വെളുപ്പിക്കുക. രാവിലെ എഴുന്നേൽക്കുമ്പോൾ ആദ്യം തോന്നു ന്നത് ആത്മഹത്യ ചിന്തയായിരുന്നു. കുറേ നേരം അങ്ങനെ ഇരിക്കും... പിന്നീടെപ്പോഴോ ഒരു യാന്ത്രികമായ ഉർജ്ജം കയറി വരും കർമ്മമേഖലയുമായി ബന്ധിപ്പിക്കുന്നതോ? എന്തുമാവാം. കർമ്മ പഥത്തിലേക്കിറങ്ങി കഴിയുമ്പോൾ ഓട്ടോമാറ്റിക്കായി കാര്യങ്ങൾ ചെയ്തു പോകുന്നു. പിന്നെ വിരക്തി എന്നതില്ല. വൈകുന്നേരമാവുമ്പോൾ വീണ്ടും ഇതേ ആവർത്തന വിരസത...

ലോകം ഉറങ്ങുമ്പോൾ ഞാൻ ഉണർന്നിരിക്കുന്നു. രാത്രിയിൽ കാറോടിച്ച് ചേർത്തല നിന്നും വടക്കാഞ്ചേരി വരെ ഡ്രൈവ് ചെയ്ത് വെളുപ്പിനെ തിരിച്ചെത്തി കുളിച്ച് റെഡിയായി വർക്കി ലേക്കിറങ്ങുമായിരുന്നു. ഈ സ്ഥിതി തുടർന്നപ്പോൾ ഉറക്ക ഗുളികകളെ ആശ്രയിക്കേണ്ടി വന്നു. പിന്നീടങ്ങോട്ട് പ്രശ്നങ്ങ ളുടെ ഘോഷയാത്ര ആയിരുന്നു. മാനസിക നില കൈവിട്ടുപോ കുന്ന സ്ഥിതിവിശേഷം വന്നു. ആത്മഹത്യയിലേക്ക് നയിച്ചു.

ഇത്രയും മാനസിക സംഘർഷം അനുഭവിച്ചിരുന്നു എന്നത് എന്നെ അറിയാവുന്നവർക്ക് ഇത് വായിക്കുമ്പോഴേ മനസ്സിലാവുകയുള്ളൂ.

പറഞ്ഞുവന്നത് ജനറേഷൻ ഗ്യാപ്പ് ആണോ? കമ്യൂണിക്കേഷൻ ഗ്യാപ്പ് ആണോ എന്നതറിയില്ല... മകൾക്ക് അച്ഛനെയും അഛന്റെ പ്രശ്നങ്ങളേയും മനസ്സിലാക്കാൻ പറ്റിയില്ല. മക്കൾ ഓരോ പ്രായത്തിലൂടെ കടന്ന് പോകുമ്പോഴും അഛനെ കണ്ടുകൊണ്ടിരുന്നത് പ്രത്യേക ആംഗിളിൽ കൂടി ആയിരുന്നു എന്ന സത്യം മനസ്സിലാക്കാൻ വൈകി.

പെൺകുട്ടി എന്ന നിലയിൽ മകളും എന്നെ വിലയിരുത്തുന്നു ണ്ടായിരുന്നു. സ്ഥിത പ്രജ്ഞത ഇല്ലാത്ത ഒരാൾ, ഒന്നിലും ഉറച്ച് നിൽക്കില്ല. അടിക്കടി സ്വഭാവം മാറിക്കൊണ്ടിരിക്കുന്നു. തീരുമാനം എടുക്കാൻ കഴിവില്ല, എപ്പോഴും വെകിളിപിടിച്ച് നടക്കുന്നു. ചഞ്ചലത, പോരാത്തതിന് പല ദുസ്വഭാവങ്ങളും ഉള്ള ആൾ. ഓരോ പ്രായം കടന്ന് പോകുമ്പോഴും വിലയിരുത്തുന്നുണ്ടായിരുന്നു. തിരിച്ചറിവായപ്പോൾ അച്ഛന് മാർക്കിട്ടു:

ജീവിതത്തിൽ ഒരിക്കലും നന്നാവാത്ത ഒരച്ഛൻ... ഞാനും ആലോചിച്ചു നോക്കി ശരിയാണ് 20 വർഷത്തെ അവളുടെ കാഴ്ച്ചപ്പാടാണ്... ശരിയായിരിക്കാം... എന്റെ മകൾ ആണ്... കാര്യങ്ങൾ തിരിച്ചറിയാനുള്ള കഴിവും ഉണ്ട്. വിദ്യാഭ്യാസം കൊണ്ടും വിവരം കൊണ്ടും എന്നേക്കാൾ മുന്നിൽ ആയതുകൊണ്ട് നിഗമനം മറിച്ചാവാൻ സാധ്യതയില്ല. എന്റെ ജീവിതത്തിലെ പല നിർണ്ണായക ഘട്ടങ്ങളിലും എന്റെ പല പ്രശ്നങ്ങളും ഞാൻ എന്റെ മകളോട് പങ്ക് വച്ചിട്ടുണ്ട്. എന്തുകൊണ്ടോ... എന്റെ പോരായ്ക ആയിട്ടാണ് അവൾക്ക് അതെല്ലാം തോന്നിയിട്ടുള്ളത്.

ഒരു പക്ഷെ ഒരുത്തരം തരാനുള്ള പക്വത ആയിക്കാണില്ലായിരിക്കാം എന്നാണ് എനിക്ക് തോന്നുന്നത്. മദ്യപാനം കൂടുതൽ ആയ സാഹചര്യത്തിൽ ഒരിക്കൽ ഞാൻ എന്റെ മകളോട് ഞാൻ ചോദിച്ചു എനിക്കെന്റെ മദ്യപാനം നിർത്തണമെന്ന് ആഗ്രഹമുണ്ട് എന്താണൊരു വഴി? അവളുടെ ഉള്ളിൽ അമർഷവും നീരസവും കലർന്ന കൊണ്ടാന്നോ ഉടനെ ഒരു മറുപടി കിട്ടി.

അച്ഛന് എന്തെങ്കിലും ഒരു മേജർ ആയിട്ടുള്ള ഒരു രോഗം

പിടിപെട്ടാൽ മതി പിന്നെ അച്ഛൻ മദ്യപിക്കില്ല എന്ന് എനിക്ക് മറുപടിയും തന്നു. എനിക്ക് തൃപ്തി ആവുകയും ചെയ്തു.

ഒരിക്കൽ ഞാൻ എന്റെ മകളോട് ചോദിച്ചു അച്ഛനെ കുറിച്ച് മോളുടെ അഭിപ്രായം എന്താണ് എന്ന്?

അച്ഛൻ ഒരു 'അയൺ മാൻ (ഉരുക്ക് മനുഷ്യൻ) ആണെന്ന് ഉടനേ മറുപടിയും കിട്ടി. നൂറ് ശതമാനം ശരിയാണ്. ഒരേ സമയം സന്തോഷവും ദുഖവും തോന്നുന്ന... ചിരിക്കണോ കരയണോ എന്നറിയാത്ത മറുപടി.

മുകളിൽ പറഞ്ഞിരിക്കുന്ന എല്ലാ കാര്യങ്ങളിലും അതിന്റെ ഉത്തരം ഉണ്ട്. എന്റെ മകൾ എന്നെ വിശേഷിപ്പിച്ചത് അയൺ മാൻ എന്നാണ്. ശരി തന്നെയാണ് അച്ഛന്റെ ഏറ്റവും കൂടുതൽ സഹവാസം ഇരുമ്പുമായിട്ടാണ്. കൂടാതെ അച്ഛൻ ചെയ്യുന്ന കാര്യങ്ങൾ നോക്കി വിലയിരുത്തിയതിൽ നിന്നുമാവാം. പക്ഷെ ആ വാക്കിൽ ഒളിഞ്ഞിരിക്കുന്ന മറ്റൊന്നു കൂടിയുണ്ട്. ഒരു അയൺമാന്റെ മനസ്സും, ഹൃദയവും അയൺ തന്നെ ആയിരിക്കുമല്ലോ. അപ്പോൾ ഉരുക്കിൽ തീർത്ത ഹൃദയത്തിന് സങ്കടം വരാൻ പാടില്ല, ദേഷ്യം പാടില്ല, അങ്ങനെ ഒന്നും, ഒന്നും തന്നെ പാടില്ല മാനുഷികമായ ഒരു വികാരങ്ങൾക്കും പ്രാധാന്യം ഇല്ല എന്നതാണ് സത്യം. മനസ്സിലാക്കാൻ വൈകിപ്പോയി. ഇന്ന് ഞാൻ മനസ്സിലാക്കുന്നു.

സ്ഥിതപ്രജ്ഞത ഇല്ലാത്ത ചാഞ്ചാട്ട മനസ്സുള്ള ഒരച്ഛനായിപ്പോയി. കാരണം അച്ഛന് എങ്ങോട്ട് പോകണം? എന്ത് ചെയ്യണം? ഒന്നും അറിയില്ലായിരുന്നു. വ്യക്തമായ ലക്ഷ്യവുമില്ലായിരുന്നു. ലക്ഷ്യമില്ലാതായതിനും കാരണമുണ്ട്. കാരണം ഭാഗ്യം എന്നത് ഒന്നില്ല. ഭാഗ്യം ഇല്ല എന്ന് കരുതി ജീവിക്കാതിരിക്കാൻ പറ്റില്ലല്ലോ. അത് കൊണ്ട് ഇല്ലാത്ത ഭാഗ്യത്തെ ബലമായിട്ട് കൂടെ കൂട്ടാൻ ശ്രമിച്ചു. പിടുത്തത്തിന്റെ ബലം കുറയുമ്പോൾ ഭാഗ്യം വിട്ടുപോകും. വീണ്ടും തിരിച്ച് കൊണ്ട് വരണം. അങ്ങനെ ഒരാൾക്ക് ലക്ഷ്യത്തിന് പ്രാധാന്യമില്ല. കൺമുന്നിൽ കാണുന്ന പിടിവള്ളികളിൽ എല്ലാം ചാടി കേറി പിടിക്കും. നല്ലത് ഏത് എന്നതും അറിയില്ല. പൊട്ടി താഴെ വീഴുമ്പോൾ മാത്രമേ മനസ്സിലാവൂ അതിൽ പിടിക്കാൻ പാടില്ലായിരുന്നു എന്ന്. പിടിച്ച വള്ളികളിൽ ഭൂരിഭാഗവും പൊട്ട വള്ളികൾ ആയിരുന്നു. ഇപ്പോൾ

കൺമുന്നിൽ വള്ളികൾ ഒന്നും തന്നെ ഇല്ല. തിരിച്ചറിവിന്റെ കാലം വന്നപ്പോഴാണ് മനസ്സിലായത് ഭാഗ്യത്തെ ബലമായി പിടിച്ച് കൂടെ കൂട്ടുന്ന ഒന്നല്ല. എന്റെ ജീവിതത്തിൽ ബിസ്സിനസ്സ് എന്ന പദം ഉപയോഗിക്കാൻ പോലും പാടില്ല എന്നതാണ് സത്യം, ഓരോ തിരിച്ചടികളിലും ഓരോന്നും പ്രപഞ്ചം പഠിപ്പിച്ച് തരുകയായിരുന്നു. ഓരോന്നും പരാജയപ്പെടുമ്പോഴും പുതിയത് പുതിയത് പരീക്ഷിച്ച് കൊണ്ടേയിരിക്കുന്നു. ഫലത്തിൽ വരുന്നതോ നഷ്ടം മാത്രം.

ഒരിക്കൽ വിഢിയായ ഒരാൾ എനിക്ക് ഒരു ഉപദേശം നൽകി. 'ആത്മവിശ്വാസത്തോടെ മുന്നിട്ടിറങ്ങിയാൽ ദൈവത്തിന് പോലും തടുക്കാനാവില്ല എന്ന്'. ശുദ്ധമണ്ടത്തരം മാത്രം ആയിരുന്നു എന്ന് ഇന്നെനിക്ക് മനസ്സിലായി.

ജീവിതത്തിൽ വിജയിച്ചവർ പറയുന്ന വാക്കുകൾക്ക് ആണ് ഇന്ന് മുൻതൂക്കം. തോറ്റവരുടെ വാക്കുകൾ അനുഭവ കുറിപ്പുമാകുന്നു. വിജയം എന്നതിന് വാട്സാപ്പ് സ്റ്റാറ്റസിന്റെ ആയുസ്സേ ഉള്ളൂ. അല്ലെങ്കിൽ ഷോക്കേസിൽ ഇരിക്കുന്ന ഫലകം അതാണ് വിജയം. തോൽവിയും, വിജയവും കേവലം വാക്കുകൾ മാത്രം. പ്രപഞ്ചം നൽകുന്നതാണ് രണ്ടും, രണ്ടിനേയും ഒരേപോലെ സ്വീകരിക്കുക. വിജയത്തിൽ അഹങ്കരിക്കാതിരിക്കുക തോൽവികളിൽ ദുഖിക്കാതിരിക്കുക

ജീവിതത്തിലുടനീളം മനസ്സിൽ എപ്പോഴും എന്തിനേകുറിച്ചും തിരച്ചിൽ ആയിരുന്നു. എപ്പോഴും ഒരു അപൂർണതയായിരുന്നു. ഈ അപൂർണ്ണത കൊണ്ടെത്തിച്ചത് ന്യൂമറോളജി അഥവാ സംഖ്യാശാസ്ത്രത്തിൽ ആയിരുന്നു. എന്തും ആഴത്തിൽ പഠിക്കണം എന്ന ത്വര ഉള്ളിൽ ഉണ്ടായിരുന്നത് കൊണ്ട് കൂടുതൽ മനസ്സിലാക്കാൻ കഴിഞ്ഞു ഒപ്പം ഒരു യാഥാർത്ഥ്യവും ഇനി മെഡിറ്റേഷൻ അല്ലാതെ വേറൊന്നില്ല. അങ്ങനെ ആണ് മെഡിറ്റേഷനിലേക്ക് ശ്രദ്ധ തിരിഞ്ഞതും ഗുരുവിലേക്ക് എത്തപ്പെട്ടതും.

ന്യൂമറോളജിയിൽ 7 എന്ന അക്കത്തിന് ഒരു പ്രത്യേകത ഉണ്ട്.

നമുക്ക് 7 സൂഷ്മശരീരങ്ങൾ ഉണ്ടന്ന് ഗുരു പറയുന്നു.

മനസ്സിനെ മൂന്നായി തരംതിരിച്ചിരിക്കുന്നു എന്നതായിരുന്നു എന്റെ നിഗമനം. തെറ്റ്

7 മനസ്സ് ഉണ്ടെന്ന് ഗുരു പറയുന്നു.

7 മുനിമാർ,

7 സമുദ്രങ്ങൾ,

7 ജന്മങ്ങൾ,

7 വർണ്ണങ്ങൾ (മഴവില്ല്)

അങ്ങനെ പ്രപഞ്ചവുമായി 7 എന്ന അക്കത്തെ ബന്ധിപ്പിച്ചിരിക്കുന്നു.

7 എന്നതിനെ നിഗൂഢതയുമായി ബന്ധിപ്പിച്ചിരിക്കുന്നു.

മനുഷ്യ ജീവിതത്തിൽ സംഖ്യകൾക്കുള്ള പ്രാധാന്യം എന്റെ ഉള്ളിലേക്ക് വാക്കുകളിലൂടെ പ്രപഞ്ചം പകർന്ന് തരും എന്ന വിശ്വാസത്തോടെ ഗുരുവിനെ സ്മരിച്ചു കൊണ്ട്...

'അക്കങ്ങൾ' വർത്തമാനവും പറയും കൂടെ ഭൂതവും, ഭാവിയും.

ഓം തസ്മൈ ശ്രീ ഗുരവേ നമഃ

ശ്രദ്ധ

ശ്രദ്ധ വേണ്ടത് കാൽ പാദത്തിന്റെ അടിയിലാണ് ഭൂമിയിൽ നോക്കി ശ്രദ്ധിച്ച് നടക്കുക കാൽപാദത്തിനടിയൽ ഞെരിഞ്ഞമർന്ന് ഇല്ലാതാകുന്ന ഒരുപാട് നിഷ്ക്കളങ്കമായ ജീവനുകൾ ഉണ്ട്

മനോധർമ്മം

അധർമ്മത്തിന്റെ പാതയിൽ സഞ്ചരിക്കുന്ന ഒരു വ്യക്തിക്ക് ഏത് കാര്യത്തിനും സ്വയം ഒരു ന്യായം ഉണ്ടാകും. അധർമ്മത്തെ അകറ്റി നിർത്തുക, ധർമ്മത്തെ ചേർത്തുപിടിക്കുക.

അവനവന് വേണ്ടപ്പെട്ടതായാലും ഒരാളുടെ വ്യക്തിപരമായ കാര്യങ്ങളിൽ ഇടപെടുകയോ സംസാരിക്കുകയോ ചർച്ച ചെയ്യുകയോ അരുത്.

മനസ്സിനെ ശാന്തമാക്കുക എന്നത് സാധ്യമാവാത്തതാണ്. മനസ്സിനെ അലട്ടുന്നത് ചിന്തകളാണ്. ചിന്തകളെ പന്ത് തട്ടി തെറിപ്പിക്കുന്ന ലാഘവത്തോടെ നിഷ്പ്രയാസം മാറ്റാൻ സാധിക്കും.

സന്തോഷം തേടി പുറത്ത് അലയേണ്ടതില്ല. ആധ്യാത്മിക

മായി സന്തോഷം എന്നതില്ല. ആത്മീയത ഉള്ളിൽ ഉണ്ടെങ്കിൽ അറിയാൻ വേണ്ടി അലയണമെന്നില്ല. ശ്രവണം, മനനം ഒരേ സമയം കേൾക്കുകയും മനസ്സിലാക്കുകയും ചെയ്യുക

ആത്മീയപഠനം

ജീവിതശൈലി എന്തെന്ന് പഠിച്ചു, പ്രധാനമായും ഭക്ഷണം. എന്ത് കഴിക്കണം? എപ്പോൾ കഴിക്കണം? എങ്ങനെ കഴിക്കണം? എപ്പോഴൊക്കെ കഴിക്കണം? അത് പോലെ എപ്പോൾ ഉറങ്ങണം? എപ്പോൾ എഴുന്നേൽക്കണം? എന്തൊക്കെ ചെയ്യണം? എങ്ങനെ ജീവിക്കണം? എന്നിങ്ങനെ ഒരു മനുഷ്യന് ആവശ്യമുള്ള ഒട്ടനവധി കാര്യങ്ങളെ കുറിച്ച് ധാരണ വന്നു.

ജീവിതം പഠിച്ചു ജീവിക്കാൻ പഠിച്ചു. കുടുംബബന്ധത്തിന്റെ പ്രാധാന്യം, സവിശേഷത പഠിക്കാൻ കഴിഞ്ഞു. ഏറ്റവും പ്രാധാന്യമുള്ള നിസ്വാർത്ഥത എന്ന വാക്ക് പഠിച്ചു.

ജീവിതത്തിലെപ്പോഴോക്കെയോ കൈമോശം വന്നുപോയ നൻമയെ തിരികെ കൊണ്ടുവരാനുള്ള ത്വര ഉള്ളിൽ വന്നിട്ടുണ്ട്. ജീവിതത്തിൽ ആദ്യമായി ഒരു നല്ല കാര്യം ചെയ്തതിന്റെ ചേതോവികാരം എന്തെന്ന് സ്വയം മനസ്സിലാക്കാൻ സാധിച്ചു. മാനുഷികമായ വികാരങ്ങളുടെ തലം വേർതിരിച്ച് മനസ്സിലാക്കാൻ ഇപ്പോൾ കഴിയുന്നുണ്ട്. ശാന്തത, സൂഷ്മത ഇവ രണ്ടിന്റെയും ആഴം ഗ്രഹിക്കാൻ കഴിയുന്നുണ്ട്.

എഴുത്തുകാരന്റെ ഉപജീവനം

കാറിന്യത്തിന്റെ പര്യായമാണ് ഉരുക്ക്. ബുദ്ധിയും ശക്തിയും നിരന്തരപരിശ്രമവും ഉപയോഗിച്ച് യന്ത്രസാമഗ്രികളുടെ സഹായത്താൽ ഉരുക്കിന്റെ ഘടനയിൽ രൂപമാറ്റം വരുത്തുന്ന പ്രക്രീയയാണ് എൻജിനീയറിംഗ്.

എൻജിനീയറിംഗ്

എൻജിനീയറിംഗ് സംബന്ധമായ ജോലികൾ ചെയ്ത് ഉപജീവനം നടത്തുന്ന ആളാണ് ഈ പുസ്തകത്തിന്റെ എഴുത്തുകാരൻ.

ബാഹ്യമായ കർമ്മസമസ്യകൾക്ക് ഞൊടിയിടയിൽ പരിഹരിക്കാനുള്ള കഴിവ് പ്രപഞ്ചം കനിഞ്ഞ് നൽകി. അതിനെ വേണ്ട രീതിയിൽ വിനിയോഗിക്കാൻ പഠിച്ചില്ല. കയ്യിൽ കസ്തൂരി വച്ച് കസ്തൂരിമാനിനെ അന്വേഷിച്ച് നടക്കുകയായിരിക്കുയായിരിന്നു.

ആന്തരികപ്രശ്നങ്ങൾക്ക് പരിഹാരമില്ലാതെ കുന്നുകൂടി കിടക്കുകയായിരുന്നു. ആന്തരിക പ്രശ്നങ്ങളെ പരിഹരിക്കുന്ന എൻജിനീയറിംഗ് വശമില്ലായിരുന്നു. ആന്തരിക പ്രശ്ന പരിഹാരമാണ് റിവേഴ്സ് എൻജിനിയറിംഗ്.

റിവേഴ്സ് എൻജിനീയറിംഗ്

ശസ്ത്രക്രീയ എന്ന പദത്തെ അന്വർത്ഥമാക്കി തലച്ചോറിനെ ശുചീകരിക്കുന്ന പ്രക്രിയ. ലോകത്ത് ഇന്നേവരെ കണ്ടുപിടിച്ചിട്ടില്ലാത്ത മഹത്തായ പ്രതിഭാസം റിവേഴ്സ് എൻജിനിയറിംഗ്. ആ പ്രക്രിയയുടെ മൂല്യം ഞാൻ അനുഭവിച്ചറിയുന്നു. അതിന്റെ സുഖം ആസ്വദിക്കുന്നു.

ദുഷ്ട്ടനായ എഴുത്തുകാരൻ

തുമ്പിയെ കൊണ്ട് കല്ലെടുപ്പിക്കുക എന്നത് ഒരു ഉപമയാണ്. അറിവില്ലാത്ത പ്രായത്തിൽ ആ ജീവിയോട് ചെയ്ത ക്രൂരത. കടിയൻമാരായ മിശറുകളുടെ ആവാസകേന്ദ്രമാണ് മാവ്. സ്വാർത്ഥയ്ക്ക് വേണ്ടി വെണ്ണീറാക്കിയ അവറ്റകളുടെ ആത്മാക്കൾ ക്ഷമിക്കുമോ? എമ്പുരാൻ സിനിമയിലെ ആദ്യഭാഗം കണ്ടപ്പോൾ ഞാൻ ആ പാവം മിശറുകളെ ഓർത്തു പോയി. അവറ്റകളിൽ ശേഷിച്ചവർ ചേർന്ന് സിനിമ ഇറക്കിക്കാണും. അവറ്റകൾ ഇറക്കിയ സിനിമയിലെ വില്ലൻ ഞാൻ ആയിരിക്കും. എന്നോടുള്ള പ്രതികാരം എങ്ങനെ ആയിരിക്കും അവർ ചിത്രീകരിച്ചിരിക്കുക? മനുഷ്യരെപ്പോലെ വൈകൃതമായ മനസ്സാണോ അവറ്റകളുടെ?

തെറിക്കുത്തരം മുറി പത്തൽ എന്ന മനുഷ്യനയം അവർക്കിടയിലും കാണുമോ? ചിലപ്പോൾ എന്നോട് പകരം ചോദിക്കാൻ അവറ്റകളിലെ പ്രിത്വിരാജും, മോഹൻലാലുമൊക്കെ വരുമോ?

എന്തായാലും ഉറുമ്പുകൾ അങ്ങനെ ചെയ്യില്ല എനിക്കുറപ്പുണ്ട്. പ്രപഞ്ചം അനുശാസിക്കുന്ന രീതിയിൽ ധർമ്മ മാർഗത്തിലൂടെ ജീവിതം നയിക്കുന്നവർ ആയിരിക്കാം ഉറുമ്പുകളും. അവർ ഒരിക്കലും ഇത് പോലെ ഒരു നികൃഷ്ട സിനിമ ഇറക്കില്ല.

എന്റെ സ്വാർത്ഥതയ്ക്ക് വേണ്ടി ഞാൻ ഇല്ലാതാക്കിയ പാവം ജീവനുകളുടെ എണ്ണം കണക്കില്ലാത്തതാണ്. അവരുടെ ആത്മാക്കളുടെ കോടതിയിലെ കുറ്റവിചാരണയുടെയും, ശിക്ഷയുടെയും ഒക്കെ ഫലമായിരിക്കാം ഒരു പക്ഷെ എന്റെ ജീവിതത്തിലെ പ്രശ്നകാരണങ്ങൾ. പ്രപഞ്ചം എന്നെ ഓരോന്നും മനസ്സിലാക്കി തരികയാണ്. ഞാൻ ചെയ്തുപോയ കൊടുംപാതകങ്ങളുടെയൊക്കെ ശിക്ഷ എന്തായിരിക്കും? പ്രപഞ്ചകോടതിയുടെ പ്രതികൂട്ടിൽ നിന്നുരുകുകയാണ്...

അറിഞ്ഞോ അറിയാതയോ ചെയ്തുപോയി... പറ്റിപ്പോയി... മാപ്പപേക്ഷിക്കാനേ കഴിയൂ... പശ്ച്ചാത്തപിക്കാനേ കഴിയൂ...

മാപ്പ്... മാപ്പ്... മാപ്പ്... മാപ്പ്... മാപ്പ്...

കൊതുക്

ഈ എഴുത്ത് എഴുതി കൊണ്ടിരിക്കുന്നതിനിടയിൽ അനേകം കൊതുകൾ എന്നെ കടിക്കുന്നുണ്ടായിരുന്നു. എന്റെ ശരീരം ശുദ്ധമാണോ അല്ലയോ എന്ന് നിരന്തരം വന്ന് പരീക്ഷിക്കുകയായിരിക്കും. ചിലർ വന്ന് ചില പ്രത്യേക ശബ്ദമുണ്ടാക്കി ചെവിക്കും, മുഖത്തിനും ചുറ്റും പറക്കും എന്തായിരുന്നിരിക്കാം എന്നോട് പറഞ്ഞത്? എഴുത്തിന്റെ അവസാനഘട്ടം ഇന്ന് വന്നിരുന്നത് വലത്കയിൽ ഞാൻ എഴുത്ത് നിർത്തി അനങ്ങാതിരുന്നു. ലക്ഷ്യം പൂർത്തിയാക്കി ശരീരഭാരം നീയന്ത്രിക്കാനാവാതെ എന്റെ കർമ്മഫലവുമായി പാവം പറന്നു. കൊതുകിനെ കുറിച്ച് പറഞ്ഞ് എന്നെ വല്ലാതെ പേടിപ്പിച്ച് വച്ചിരിക്കുകയാണ്. ഇത്തിരിപ്പോന്ന ആ കുഞ്ഞൻ ജീവി ഘടാഘടിയനായ എന്നെ എന്ത് ചെയ്യാനാണ്? നിർദ്ധാഷിണ്യം അതുങ്ങളുടെ തലമുറകളെ ഞാൻ ഒരുപാട് കൊന്നൊടുക്കിയിട്ടുണ്ട്. ഒരു പക്ഷെ അതിന്റെ പ്രതികാരം ആയിരിക്കാം.

ഞാൻ മാപ്പ് ചോദിക്കുന്നു...

സത്യം

സത്യത്തെ മൂടിവയ്ക്കാനാവില്ല
സത്യത്തെ തിരിച്ചറിയാത്തവൻ വിഢി.

പ്രപഞ്ചത്തിനായി ചെയ്യാവുന്നത്

നിസ്വാർത്ഥ ജീവിതം

പ്രപഞ്ചത്തിൽ അവശേഷിക്കുന്നമുതൽകൂട്ട്

ഗുരുപരമ്പരകൾ
വാസനകളെ വെടിയുന്നതാണ് പ്രവൃത്തി
പ്രവൃത്തിയാണ് കർമ്മം
സത്കർമ്മം വിജയം
ബുദ്ധിക്ക് കീഴ്പ്പെടുന്നത് തോൽവി
ആത്മീയത ബുദ്ധിക്ക് ആവരണമായി പ്രവർത്തിക്കുന്നു. നല്ലതിനെ മാത്രം സ്വീകരിക്കുന്നു ഗ്രഹിപ്പിക്കുന്നു

ബ്രഹ്മവിദ്യ

ബ്രഹ്മവിദ്യ അഭ്യസിക്കാൻ ശരീരത്തെ വിദ്യാലയമാക്കണം, ഇന്ദ്രിയങ്ങളെ വിദ്യാർത്ഥികളും. ബ്രഹ്മവിദ്യയാണ് വിഷയം അഭ്യസിപ്പിക്കുന്നത്. ഗുരു

ആത്മസമർപ്പണമാണ് പരീക്ഷ. നിസ്വാർത്ഥതയാണ് വിജയം. ദർശനമാണ് ഫലം. അനുഭവം സന്തോഷം.

നമ്മുടെ മനസ്സിൽ ഇടയ്ക്ക് എപ്പോഴോ മിന്നി മറയുന്ന ചില സന്തോഷത്തിന്റെ ഭൂതകാലനിമിഷങ്ങളുണ്ട്. ഈ നിമിഷങ്ങൾ അങ്ങനെ എപ്പോഴും വരാറില്ല. ഈ നിമിഷങ്ങൾ വരുമ്പോഴാണ് ഉള്ളിൽ സന്തോഷത്തിന്റെ കുളിർ അനുഭവപെടുന്നത്. സാഹചര്യം കൂടുതലും മഴയെ ആസ്പദമാക്കിയായിരിക്കും. അന്ന് പെയ്ത മഴയുടെ നിമിഷങ്ങൾ പിൻക്കാലത്ത് മനോഹ

രമായ ഓർമ്മകളായി മാറുന്നു. മഴത്തുള്ളികൾ ഭൂമിയിൽ വന്ന് പതിക്കുമ്പോൾ ഉണ്ടാകുന്ന ആ പ്രത്യേക പ്രതിധ്വനി പണ്ടെപ്പോഴോ ഇതേ സാഹചര്യത്തിൽ നമ്മൾ അന്നനുഭവിച്ചപ്പോൾ നുകരാൻ മറന്ന ആ അനുഭൂതി. ഭാവി എന്നതിനെ കുറിച്ച് കൂടുതൽ ഉത്ക്കണ്ടപ്പെടുമ്പോൾ ഒരു ചോദ്യ ചിഹ്നമുണ്ട്?. ഈ ചോദ്യചിഹ്നം അന്നത്തെ ആ സന്തോഷത്തിന്റെ അനുഭൂതിയുടെ രസം മായ്ച്ച് കളഞ്ഞതാവാം. ശരിക്കും അന്നനുഭവിച്ചതായിരുന്നു യഥാർത്ഥ സന്തോഷം. നഷ്ടബോധം പേറി നിൽക്കുന്ന ഈ കാലത്ത് ഓർമ്മകളിലെവിടെയോ ഉണ്ടായിരുന്ന സന്തോഷത്തെ ചികഞ്ഞെടുക്കുക ദുഷ്കരമായിരുന്നു. മനസ്സ് ശാന്തമാകുമ്പോൾ തനിയെ വരുന്നതാണ് ഓർമ്മകൾ. ഇതിൽ നല്ല ഓർമകളെ ഫിൽട്ടർ ചെയ്ത് ചെയ്തെടുക്കണമെങ്കിൽ ധ്യാനത്തിന്റെ സഹായം കൂടിയേ തീരൂ. എന്റെ അന്തരംഗങ്ങളിൽ നിന്ന് ഉതിരുന്നത് വാക്കുകകളായി പുറത്തേക്ക് വരുന്നതാണ്. അന്തരംഗവും, പ്രപഞ്ചവും തമ്മിൽ ഒരു അഭേദ്യബന്ധമുണ്ട്.

ഇത് എഴുതുന്ന വേളയിൽ മഴ പെയ്യുന്നുണ്ട്. അന്തരംഗത്തിൽ നിന്ന് വരുന്ന ചിന്തകളുടെ പ്രതിഫലനമാണ് വാക്കുകൾ ഈ വാക്കുകൾക്ക് മാത്രമേ പ്രപഞ്ചത്തിൽ പ്രാധാന്യമുള്ളൂ.

ചിലരുടെ പ്രാർത്ഥനകൾ ഫലിക്കുന്നത് എന്തുകൊണ്ടാണ്? പ്രാർത്ഥനകൾ വരേണ്ടത് ഉള്ളിൽ നിന്നാണ്. എങ്ങനെ പ്രാർത്ഥിക്കണമെന്ന് പ്രാർത്ഥിക്കുന്നവർക്കറിയില്ല. പ്രാർത്ഥിക്കുന്നുണ്ട് പക്ഷെ ഫലമില്ല.

അപമാനിക്കപ്പെടുമ്പോൾ ഉള്ളിന്റെ ഉള്ളിൽ ഉണ്ടാകുന്ന ഒരു വേദന ഉണ്ട്. അപമാനം രണ്ട് തരം ഉണ്ട്. ദുരഭിമാനത്താൽ ഉള്ള അപമാനം ഉണ്ട്. ഇത് അഹങ്കാരത്തിന്റെ പ്രതിഫലനം കൊണ്ടുണ്ടാകുന്ന അപമാനത്തിന് പ്രപഞ്ചത്തിൽ പ്രസക്തിയില്ല. അടിമനസ്സിൽ നിന്നുണ്ടാകുന്ന ഒരു തരം വേദന ഉണ്ട്. ചെയ്യാത്ത തെറ്റിന് പഴി കേൾക്കേണ്ടി വരുന്ന ഒരവസ്ഥയുണ്ട്. നമ്മുടേതല്ലാത്ത കാരണത്താൽ വിധി സമ്മാനിക്കുന്ന ചില അവഹേളനങ്ങൾ ഉണ്ട്. ഈ അവഹേളനങ്ങളിൽ നിന്നുണ്ടാകുന്ന മുറിവിന്റെ വേദനയെ ആത്മനൊമ്പരമായി കണക്കാക്കാം. ദുരഭിമാനത്തിന്റെ അന്ധതയിൽ നിന്നും അവഹേളനങ്ങൾ ഉണ്ടാവാറുണ്ട്.

എഴുതികൊണ്ടിരുന്നാൽ വാക്കുകൾ വന്നുകൊണ്ടേയിരി

ക്കും. അടിമനസ്സിന്റെ പ്രാർഥനയ്ക്കാണ് പ്രാധാന്യം എന്ന് പറയുമ്പോഴും ഓർക്കേണ്ട ഒന്നുണ്ട്.

നിസ്വാർത്ഥരായവർക്ക് പ്രാർത്ഥനയുടെ ആവശ്യമില്ല. കാരണം ധ്യാനം എന്നത് പ്രാർത്ഥന അല്ല. ഗുരുവും, പ്രപഞ്ചവും, മുപ്പത്തിമുക്കോടി ദൈവങ്ങളും കൂടിച്ചേർന്ന് ലയനം നടക്കുന്ന അവസ്ഥയാണ് ധ്യാനം അവിടെ പ്രാർത്ഥനകൾക്ക് പ്രാധാന്യമില്ല.

ഓം തസ്മൈ ശ്രീ ഗുരവേ നമഃ

അറിവും തിരിച്ചറിവും

അറിവാണ് ഗുരു
അറിവിന്റെ സ്വരൂപമാണ് ഗുരു
ഒരു തത്വമാണ് ഗുരു
'അറിവകന്നമേനി മാംസനിബിഡഅസ്ഥി
തോൽനാറുംപഞ്ചരം'
നാം അറിവാണ്
ഞാൻ അറിവാണ്
നമ്മൾ അറിവാണ്
അറിവാണ് അന്നം
അന്നം ബ്രഹ്മമാണ്
ബ്രഹ്മം അറിവാണ്

അന്നമുണ്ടെങ്കിൽ മാത്രമേ ശരീരത്തിൽ അറിവുണ്ടാകുന്നുള്ളൂ.

ഭക്ഷണത്തിന്റെ ഗുണം മണം, രുചി, നിറം വേർതിരിച്ചറിയുന്നതാണ് തിരിച്ചറിവ്. തിരിച്ചറിവിൽ നിന്ന് വിജ്ഞാനം

വിജ്ഞാനത്തിനായി ധ്യാനം.
ഉറക്കത്തിനും ഉണർവിനുമിടയിൽ സംഭവിക്കുന്നത് ധ്യാനം
ധ്യാനത്തിൽ ഗുരു
ഗുരുവിലൂടെ അനുഭവം
അനുഭവതലം പ്രപഞ്ചം
പ്രപഞ്ചത്തിൽ നിന്ന് സൃഷ്ടി
സൃഷ്ടി പഞ്ചഭൂതങ്ങളാൽ നിർമ്മിതം

പ്രപഞ്ചത്തിൽ കാണുന്നത് വീണ്ടും അറിവ്
അറിവിലൂടെ ബ്രഹ്മം
ബ്രഹ്മത്തെ അറിയാനും ഉന്നതതലത്തിൽ മനസ്സിലാക്കാനും ജ്ഞാനം
ജ്ഞാനത്തിലൂടെ അധ്യാത്മികം
അധ്യാത്മികത ആത്മിയതയുടെ ഉയർന്ന തലം
പരമോന്നത തലം ബ്രഹ്മജ്ഞാനം

ഓം തസ്മൈ ശ്രീ ഗുരവേ നമഃ

ഭാവുകന്റെ ജീവിതലക്ഷ്യം
സമാധി

ഭാവുകനെക്കുറിച്ച്

ജനിക്കേണ്ടിവന്നതോ?
ജനിപ്പിച്ചതോ?
വിധിയോ? കർമ ഫലമോ?

25/09/1977 ഞായർ രാവിലെ 8. 17 ന് ചോരയുടെ ആവരണവുമായി ഗർഭസ്ഥ മാതാവിന്റെ ഉദരത്തിൽ നിന്ന് പ്രപഞ്ചമാതാവിന്റെ മടിത്തട്ടിലേക്ക് പിറന്ന് വീഴുന്നു. എന്തായിരിക്കും? ഒരു പക്ഷെ അപ്പോൾ മനസ്സിൽ തോന്നിയത്? ആ സമയം എന്റെ മനസ്സ് എവിടെ ആയിരുന്നു? പൊക്കിൾകൊടി അറുത്ത് മാതാവിൽ നിന്ന് അടർത്തുന്ന നിമിഷം പ്രപഞ്ചവുമായി ലയിക്കുന്നു ആ നിമിഷം ഓടി വന്ന് കയറിയ ആത്മാവ് ആരുടേതായിരുന്നു?

പൊക്കിൾകൊടി അറുത്തപ്പോൾ വേദനിച്ച് കാണുമായിരിക്കാം? വേദനയുടെ തുടക്കം അവിടെ നിന്നാണല്ലോ ജീവിതം തന്ന വേദനകളെ താളുകളിൽ കുറിക്കുകയാണ്.

ജനിക്കാൻ കാരണഭൂതരായവരെ മനസ്സിൽ ഓർത്തുകൊണ്ട് പേരിൽ വിജയവും ജീവിതത്തിൽ പരാജയവും ആയ വിജയകുമാർ എന്ന നാമധാരിയായി.

എഴുത്തുകാരന്റെ പ്രായം : 47 വയസ്സ്
അറിവിന്റെ പ്രായം : 14 ദിവസം

തലക്കെട്ട്

അറിവിന്റെ ആദ്യക്ഷരങ്ങൾ നാവിൽ പകർന്ന് തന്നത് ആരന്നറിയില്ല? സ്മരണയോടെ 'സ്മരിക്കുന്നു'

ഗുരുവിലേക്കുള്ള മാർഗം പ്രപഞ്ചം അന്നേ വഴി വെട്ടി തുടങ്ങിയിരുന്നു. മുൻജന്മ പാപഫലമാണോ കർമ്മഫലമാണോ? എന്നതറിയില്ല. അനുഭവങ്ങളുടെ തീച്ചൂളയിൽ വെന്തുരുകണമെന്നതും വിധിയായിരിക്കാം. എത്തിപെടാൻ ഏറെ വൈകിയെങ്കിലും അവസാനം എത്തിപ്പെടേണ്ടിടത്ത് തന്നെ പ്രപഞ്ചം കൊണ്ടെത്തിച്ചു. അറിവില്ലായ്മയുടെ നിറകുടമായ രത്നാകരന്റെ തൂലികയാൽ അക്ഷരമലർ കൊണ്ട് കുറിച്ച വരികളെ ആ പാദാരവൃന്ദങ്ങളിൽ അർപ്പിക്കുന്നു. ഇതെന്റെ ഗുരുദക്ഷിണയായി സ്വീകരിക്കുമെന്ന പ്രതീക്ഷയോടെ ഞാൻ അങ്ങയുടെ ശിഷ്യത്വം ലോകത്തോട് വെളിപ്പെടുത്തുകയാണ്...

മുന്നോട്ടുള്ള യാത്രയിൽ അങ്ങേയ്ക്കും അങ്ങയുടെ യശസ്സിനും കളങ്കം വരുന്നതൊന്നും എന്റെയോ, എന്റെ കുടുംബത്തിന്റെയോ ഭാഗത്ത് നിന്ന് ഉണ്ടാവാൻ ഇടവരുത്തരുതേ എന്നും, പരീക്ഷിക്കരുതേ എന്നും പ്രപഞ്ചത്തോട് അപേക്ഷിക്കുന്നു. എന്നാലാവുന്ന വിധം ഈ ധർമ്മം പാലിച്ച് ജീവിച്ച് കൊള്ളാമെന്ന് ഞാൻ വാക്ക് തരികയാണ്

ഓം തസ്മൈ ശ്രീ ഗുരവേ നമഃ

കടപ്പാട്

പ്രപഞ്ചത്തോടും, ഗുരുവിനോടും കൂറ് പുലർത്തുക. പ്രപഞ്ച സത്യത്തെ തിരിച്ചറിഞ്ഞ് ജീവിക്കുക, പ്രവർത്തിക്കുക.

പ്രപഞ്ചത്തിലെ ഒരു ജീവനും ഹാനി വരുത്താതിരിക്കുക.

ഒരുറുമ്പിനെ പോലും ശല്യം ചെയ്യാതെ ഒതുങ്ങി ജീവിക്കുക.

കൊല്ലരുത് കൊന്ന് തിന്നരുത്.

പ്രാർത്ഥന

രാവിലെ

ഗുരുർബ്രഹ്മ
ഗുരുർവിഷ്ണുഃ
ഗുരുർദേവോ മഹേശ്വരഃ
ഗുരുഃസാക്ഷാൽ പരബ്രഹ്മാ
തസ്മൈ ശ്രീ ഗുരവേ നമഃ

ഭക്ഷണത്തിന് മുമ്പ്

ഓം ബ്രഹ്മാർപ്പണം
ബ്രഹ്മ ഹവിഃ
ബ്രഹ്മാഗ്നൗ
ബ്രഹ്മണാഹുതം
ബ്രഹ്മൈവതേന ഗന്തവ്യം
ബ്രഹ്മകർമ്മ സമാധിനാ
ഓം ശാന്തിഃ ശാന്തിഃ ശാന്തിഃ

ആത്മസമർപ്പണം

ദണ്ഡനമസ്ക്കാരം ചെയ്ത്

നിത്യവും പ്രപഞ്ചത്തിനോടുള്ള അപേക്ഷ

ഞാനും എന്റെ കുടുംബവും, ഞങ്ങളുടെ കുടുംബവും, ഞങ്ങളുടെ പൂർവികരും, ഈ പ്രപഞ്ചത്തിൽ ചെയ്തു പോയ എല്ലാ അധർമ്മങ്ങളും ക്ഷമിച്ച് ഞങ്ങൾക്ക് മാപ്പ് നൽകി ഞങ്ങളെ ധർമ്മത്തിന്റെ പാതയിലൂടെ നയിക്കേണമേ

മാപ്പ്, മാപ്പ്, മാപ്പ്...

ഉള്ളടക്കം

ഏതൊരാളിന്റെയും ഉള്ളിന്റെ ഉള്ളിൽ ഒരു തേടൽ ഉണ്ട് ആ തേടലിനെ ശരിയായ രീതിയിൽ തിരിച്ചറിയുന്നതാണ് ആത്മീയത.

ജാതിയോ, മതമോ, വർണ്ണ വർഗ്ഗ വിവേചനത്തിന്റെ അതിരുകളില്ലാതെ... ലിംഗഭേതമന്യെ... തികച്ചും നിസ്വാർത്ഥത യോടെ... ആത്മസമർപ്പണത്തോടെ... ആത്മീയതയെ ആർക്കും സ്വായത്തമാക്കാവുന്നതാണ്.

•••